महान भक्त
शबरी

प्रतीक्षा परीक्षा समीक्षा संगम

बेस्टसेलर पुस्तक 'विचारनियम' चे रचनाकार

सरश्री

Mahan Bhakt Shabari
by Sirshree Tejparkhi
First published in Marathi by Sakal Media Pvt. Ltd.
by arrangement with Tejgyan Foundation
© Tejgyan Global Foundation

महान भक्त शबरी
सरश्री

प्रथम आवृत्ती	:	जुलै २०२३
प्रकाशक	:	सकाळ मीडिया प्रा. लि.
		५९५, बुधवार पेठ,
		पुणे ४११ ००२
मुखपृष्ठ व मांडणी	:	अपूर्वा सेलूकर
मुद्रणस्थळ	:	विकास प्रिंटिंग ॲण्ड कॅरिअर्स प्रा. लि.
		प्लॉट नं. ३२, एमआयडीसी, सातपूर, नाशिक
ISBN	:	978-81-975255-7-5
संपर्क	:	०२०-२४४० ५६७८ / ८८८८८ ४९०५०
		sakalprakashan@esakal.com

हा ग्रंथ समर्पित आहे, त्या सत्यरूपी रामाला, जो भक्तांच्या हृदयात वास करून,
त्यांना विपरीत परिस्थितीतही भक्ती करण्याची प्रेरणा देतो.

प्रस्तावना

वादळी पावसात तेवणारी भक्तीची ज्वाळा

'तुम्ही कोण आहात, कोणत्या कुटुंबात जन्म घेतला, तुमची जात कोणती, या गोष्टींना काहीही महत्त्व नाही. तुमच्या माझ्यावरच्या प्रेमाने मला तुमच्याकडे खेचून आणले आहे.'

नदीच्या प्रवाहाच्या दिशेने पोहणे खूप सोपे असते; पण प्रवाहाच्या विरुद्ध पोहण्यासाठी खूप संघर्ष करावा लागतो. वारा विरुद्ध दिशेने वाहत असेल, वादळी पाऊस असेल तर संघर्ष अजूनच वाढतो. इतका, की बुडण्याचा धोकाही उद्भवू शकतो. अशा वेळी कुशल जलतरणपटूच पोहू शकतो. पण, जर नदीमध्ये प्राणघातक मगरी, साप असतील तर कोणी पोहू शकेल का? अशा परिस्थितीत पोहण्याचे धाडस दाखवणारा विरळाच! असा माणूस स्वतःच्या प्राणांची पर्वा न करता ईश्वराच्या भरवशावर पोहतो. तो स्वतःच्या उद्दिष्टांप्रति एकनिष्ठ असतो. उद्दिष्ट त्याला प्राणापेक्षाही प्रिय असते.

हे जग एका विशाल नदीप्रमाणे आहे. या नदीत दुःख, संघर्ष, विकार, मायावी आकर्षणे - प्रलोभने यांसारखे मायेचे विषारी जीव आहेत. त्यात परिस्थितीचा

वादळी पाऊस आला की घाबरून लोक सत्याचा मार्ग सोडून देतात.

विकारग्रस्त - मायेत गुरफटलेला माणूस, ज्याला मौजेचे जीवन जगायचे आहे, तो जीवनाशी समझोता करून जगाच्या प्रवाहात वाहत राहतो; मग तो प्रवाह कितीही चुकीचा, असत्य व अधर्माने बरबटलेला असला तरी! कारण त्यात पोहणे सोपे असते. परंतु धर्म, मर्यादा व सत्यावर भक्त स्थिर राहतात. कितीही वादळे किंवा मोह, आकर्षण मार्गात आले तरी ते त्याकडे दुर्लक्ष करून ईश्वराच्या मार्गावर एकनिष्ठ राहतात. प्राणावर बेतले तरी कोणी त्यांना या मार्गावरून विचलित करू शकत नाही. भक्ती त्यांना ही शक्ती देते. ईश्वर नामाचा दोर पकडून भक्तीच्या नावेत बसून ते कठिणातला कठीण भवसागर पार करू शकतात.

या जगात चिखलात उमललेल्या कमळाप्रमाणे अनेक भक्त होऊन गेले. प्रतिकूल परिस्थितीत, संघर्षातही त्यांचे तेज झळकले. उदाहरणार्थ, भक्त प्रल्हाद, भक्त मीरा, संत तुकाराम, कबीर, संत सूरदास, संत तुलसीदास वगैरे... या यादीमध्ये रामायणातील प्रभावी पात्रांपैकी अजून एका नावाची दखल घ्यावी लागेल; ते म्हणजे, महान भक्त शबरी. जिची उष्टी बोरे खाऊन श्रीरामाने तिला अमर केले.

शबरीने संपूर्ण जीवन भगवान श्रीरामांची वाट पाहण्यात घालवले. प्रामाणिकपणे सेवा करून व समर्पित होऊन आयुष्य जगली. सेवा, समर्पण व निष्ठा यांच्या माध्यमातून आपले जीवन सार्थक बनवता येते, याचा महान आदर्श तिने भक्तांसमोर ठेवला.

प्रभू रामांनी शबरीला 'भामिनी' म्हटले. भामिनी म्हणजे अत्यंत आदरणीय स्री. प्रभू श्रीराम शबरीला म्हणाले, 'हे भामिनी, मी फक्त प्रेमाचे नाते मानतो. तू कोण आहेस, कोणत्या कुटुंबात तुझा जन्म झाला, तुझी जात कोणती, याला काहीही मी महत्त्व देत नाही. तुझे माझ्यावरचे प्रेमच मला तुझ्याकडे घेऊन आले आहे.'

शबरीच्या जीवनचरित्राचे पठण, तिची वैशिष्ट्ये आपल्या जीवनात एक महत्त्वपूर्ण भूमिका निभावतात. जगाच्या दृष्टीने शबरीमध्ये तिचे गुणगान करण्यायोग्य कोणताही गुण नव्हता, परंतु तिच्या हृदयात प्रभू रामावरचे खरे प्रेम होते. या प्रेमामुळे सर्व गुण आपोआपच येतात. तिच्या जीवनचरित्रावरून लक्षात येते की, कोणत्याही परिस्थितीत आपल्या अंतःकरणात रामराज्य म्हणजे स्वानुभवाची

अवस्था आणण्यासाठी फक्त भक्ती पुरेशी आहे, भक्तीत ते सामर्थ्य आहे.

या पुस्तकात महान रामभक्त शबरीची निरपेक्ष सेवा व भोळ्या भक्तीद्वारे आपण जाणून घेणार आहोत, की परिस्थिती कितीही प्रतिकूल असो, संघर्षामुळे मार्ग रोखला गेला, मायेची प्रलोभने आडवी आली, माया कितीही परीक्षा घेवो, तरीसुद्धा आपण सत्याच्या मार्गावर ठाम राहून भक्ती करू शकतो.

चला तर, शबरीच्या उच्च चरित्राची समीक्षा करू आणि उष्ट्या - गोड बोरांप्रमाणे दुःखद व सुखद दोन्ही फळे ईश्वराला समर्पित करू, तसेच मुक्त जीवनाचा आरंभ करू. आता प्रतीक्षा समाप्त झाली...

– सरश्री

अनुक्रमणिका

खंड – १

महान भक्त शबरी

जीवनसार

शबरीचा पूर्वजन्म

पूर्वकर्माचा परिणाम

ज्ञान प्राप्त करण्याचे अनेक मार्ग आहेत. पण भक्ती जागृत होणे कृपेमुळेच शक्य आहे. ज्या जन्मात खरी भक्ती जागृत होईल तोच माणसाचा खरा व अंतिम जन्म आहे.

प्रपंचात ज्या घटना घडतात त्या अचानक घडत नाहीत. त्यामागे काही ना काही कारण असते, एखादे पूर्वकर्म असते. माणसाचे जीवन खरे म्हणजे घटनांची शृंखला आहे. प्रत्येक घटना पुढच्या घटनेची तयारी आहे. विद्यार्थ्याने अभ्यासात खूप मेहनत घेतली तर त्या कर्माची फळे पुढे चांगली मिळतात. कुटुंबातील लोकांनी सहलीला जायचे ठरवले तर त्यासंबंधीचे विचार सुरू होतात, आधी योजना तयार होते, मग तयारी होते व नंतर ते त्या ठिकाणी पोहोचतात.

आज आपल्या जीवनात जे काही घडत असते ते कोणत्या ना कोणत्या पूर्वकर्माचा किंवा विचारांचा परिणाम असतो. एखाद्या संताचे किंवा भक्ताचे चरित्र वाचले तर लक्षात येते, की प्रत्येकाच्या पूर्वजन्माशी संबंधित कोणती ना कोणती कथा प्रचलित असते. त्यांचा भक्त म्हणून जन्म का झाला, त्यामागे काय कारण होते, हे त्यांच्या चरित्रावरून लक्षात येते. त्या कथा सत्याच्या कसोटीवर तपासून पाहिल्या, त्यातील सार समजून घेण्याचा प्रयत्न केला, तर लक्षात येईल

की, पूर्वजन्माच्या कथा आपल्याला काही संकेत देत असतात आणि ते आपल्या जीवनयात्रेत साहायक ठरतात.

महान रामभक्त शबरीच्या जीवनाची अशीच कथा प्रचलित आहे, जी तिच्या पूर्वजन्माशी संबंधित आहे, असे म्हटले जाते. आधी कथा वाचू आणि नंतर त्यामागे दडलेले संकेत समजून घेण्याचा प्रयत्न करू.

पूर्वजन्मीच्या कथेनुसार, शबरी एक राणी होती. तिचे नाव परमहिसी होते. एकदा परमहिसी राणी व राजाच्या मनात कुंभस्नान करण्याची इच्छा जागृत झाली आणि ते कुंभस्नान करण्यासाठी गेले. राजाने तिथे थांबण्यासाठी घाटावर राजसी थाटात व्यवस्था केली. सुरक्षेसाठी तिथून कोणी बाहेर जाऊ शकत नव्हते व बाहेरची कोणतीही व्यक्ती आत येऊ शकत नव्हती.

राणीला शिबिरातील आपल्या खोलीत मंत्र-वेदांचे आवाज येत होते व हवन सामग्रीचा मंद सुवास येत होता. पूर्वजन्माच्या परिणामामुळे राणीच्या मनात भक्तिभाव प्रबळ होता, म्हणून तिला मंत्रांचे ध्वनी खूप चांगले वाटत होते. राणीने खिडकीतून बाहेर डोकावून पाहिले असता दूर अंतरावर बरेच ऋषिमुनी हवन करून मंत्रोच्चार करत होते. सामान्य प्रजाजन त्यात सामील होऊन यज्ञात आहुती टाकत होते व ऋषिमुनींचे आशीर्वाद घेत होते. भजने गायली जात होती, लोक भक्तीत तल्लीन होऊन नाचत होते, आनंदाने डोलत होते.

आपणही होमहवनात सामील व्हावे, ऋषिमुनींचा आशीर्वाद घ्यावा व सामान्य लोकांप्रमाणे भजन-भक्तीत रंगून जावे, असे राणी परमहिसीच्या मनात आले. तिने राजाकडे तिथे जाण्यासाठी आज्ञा मागितली. पण राजाने नकार दिला व तो म्हणाला, ''तू एक राणी आहेस. सामान्य लोकांमध्ये मिसळणे, त्यांच्याबरोबर बसणे तुला शोभत नाही. तुला ज्या ऋषींना भेटायचे आहे, त्यांना तुझ्यासमोर राजदरबारात आणले जाईल.'' पण परमहिसी राणीला सामान्य लोकांप्रमाणे आनंद घ्यायचा होता. राणी म्हणून नाही, तर एका याचकाप्रमाणे तिला ऋषिमुनींचा आशीर्वाद घ्यायचा होता. राणी असल्यामुळे जाता येत नाही, याचे तिला वाईट वाटले. मनाचा कोंडमारा झाल्यामुळे ती आपल्या खोलीत जाऊन रडू लागली.

रात्री राणी खोलीतून बाहेर पडली व कोणालाही न सांगता त्रिवेणी घाटावर गेली. तीन पवित्र नद्यांना ती प्रार्थना करू लागली, ''माते, मला पुढच्या जन्मी

राणी बनवू नकोस, रूपवान बनवू नकोस, इतरांचा आदेश मानावा लागेल अशा प्रापंचिक बंधनात अडकवू नकोस; या सर्व गोष्टींमुळे माझ्या भक्तीत बाधा येत आहे. मला फक्त श्रीहरी चरणांची भक्ती दे, भक्ती करण्यासाठी उपयुक्त वातावरण दे; जेणेकरून माझ्या भक्तीत अडथळे येऊ नयेत.'' असे म्हणून परमहिसी राणी पुढे आली. ईश्वराचे नामस्मरण करत तिने जलसमाधी घेतली.

पूर्वजन्मीच्या फलस्वरूप राणीने शबरी होऊन जन्म घेतला. पूर्वप्रार्थनेनुसार ना ती रूपवान होती, ना राणी होती. पूर्वसंस्कारांमुळे तिच्या हृदयात करुणा, दया व भक्तिभावना आली होती.

●●●

२

शबरीचा भूतकाळ, वर्तमान व भविष्याशी संबंध

प्रार्थनेत समज व सजगतेचे महत्त्व

जेव्हा तुम्हांला भक्तीची भूमिका व भक्तीचे सूत्र लक्षात येईल, तेव्हा तुम्ही स्वतः मायेत राहूनही सावरू शकाल.

मागील अध्यायातील पूर्वजन्माची कथा शबरीच्या जीवनाशी पडताळून पाहिली तर तुम्हांला वाटेल, की तिचे भक्तियुक्त जीवन जुन्या घटनांचाच परिणाम होता. पूर्वजन्मीच्या घटना व प्रार्थना यांमुळे तिच्या पुढच्या जन्माचा पाया रचला गेला. पूर्वजन्मीच्या कथा काल्पनिक वाटल्या तरी आपले वर्तमानातील जीवन आपल्याच आधीच्या कोणत्यातरी कर्माचा, विचारांचा वा वाणीचा परिणाम असतो, याकडे संकेत करतात. तेच आपले पुढचे जीवन ठरवतात. आपल्या जीवनातील दृश्य स्वरूप पुढच्या घटनेची तयारी असते.

आधीच्या जन्मातील अप्सरेच्या जन्माचे कर्म व आठवणी, राणीच्या जन्मातील दुखःच्या आठवणी व प्रार्थना हे शबरीच्या नवीन जीवनात फलित झाले.

जीवन अनंत आहे. गीतेत श्रीकृष्णाने सांगितले आहे, 'आत्मा अजर व अमर आहे. आत्मा एखाद्या वस्त्राप्रमाणे नवीन शरीर धारण करतो व जुन्या शरीराचा त्याग करतो.' माणूस देहाचा त्याग करतो तेव्हा त्या जन्मातील त्याचे संचित कर्म, त्याचे विचार, मान्यता व प्रार्थना त्याच्याबरोबर जातात. जिथे-जिथे त्याच्या प्रार्थना पूर्ण होऊ शकतील, तसेच त्याने लोकांबरोबर जी कर्मबंधने तयार केली आहेत, त्याची देवाणघेवाण होऊ शकेल तिथे त्याच आठवणी नवीन शरीरात जातात.

वास्तविक आपले जीवन अनंत आहे. ते शरीर असतानाही सुरू असते व शरीर सोडल्यानंतरही जीवनयात्रा सुरू राहते. कोणते कर्म, कोणती प्रार्थना, केव्हा फलित होणार, हे नियती ठरवते. आठवणींवर भाष्य न करता, वर्तमानातील जन्मावर लक्ष केंद्रित केले तरीसुद्धा घटना व परिणामांची साखळी एका उदाहरणावरून समजेल. ही एक सत्यघटना आहे.

एक गृहिणी सतत काही ना काही काम करत असे. कधी सासू-सासऱ्यांची सेवा, कधी मुलांकडे लक्ष देणे, बाजारात जाणे, कधी स्वयंपाक करणे इत्यादी. दिवसभर ती कामात मग्न असे. दीर्घ काळ एकच एक दिनचर्या झाल्यामुळे तिला याचा उबग आला आणि ती ईश्वराला प्रार्थना करू लागली, 'हे ईश्वरा! एक आठवडा तरी माझ्या आयुष्यात असा यावा, की मला कोणतेही काम करावे लागू नये. मी अंथरुणात पडून आराम करावा, टीव्ही पाहावा, मनपसंत वाचन करावे, मला आयते बिछान्यावरच जेवण मिळावे, आठवडाभर तरी मला स्वयंपाकघराचे तोंड बघायला लागू नये. कोणी मला कामे सांगू नये. मला फक्त आराम मिळावा.'

काही दिवसांनी तिच्या घराच्या मागे नवीन इमारत बांधण्याचे काम सुरू झाले. त्या आवाजाने ती खूप त्रासून गेली आणि तिचे मन प्रार्थना करू लागले, 'हे ईश्वरा! अशा ठिकाणी राहायला मिळावे जिथे पूर्णपणे शांतता असेल, कोणतेही आवाज, गोंधळ-गडबड नसावी.'

काही दिवस उलटले. एके दिवशी तिला ताप आला. रक्त तपासणीत तिला डेंग्यू झाल्याचे निदान झाले आणि तिला आठवडाभरासाठी दवाखान्यात दाखल करावे लागले. दवाखान्यात ती दिवसभर बिछान्यावर

झोपून आराम करत होती, खोलीत असलेला टीव्ही पाहत होती. तिच्या पतीने तिच्यासाठी काही वाचण्यासाठी आणले. दवाखान्यात तिला आयते जेवायला मिळू लागले. तिची खोली स्वतंत्र व वातानुकूलित होती. त्यामुळे बाहेरचा कोणताही आवाज तिला ऐकू येत नव्हता.

एके दिवशी ती विचार करू लागली, 'हे ईश्वरा! मी असे कोणते पाप केले, की मला दवाखान्यात भरती व्हावे लागले...?' नंतर अचानक तिच्या आतूनच आवाज आला, 'अरेच्चा! मी काही दिवसांपूर्वी जी प्रार्थना केली होती त्यानुसार तर सर्व घडत आहे. पूर्ण विश्रांती... आयते जेवण... काही काम नाही... कुठलाही आवाज नाही.'

तिने ईश्वराकडे तक्रार केली, 'हे ईश्वरा! याच पद्धतीने तुला माझी प्रार्थना पूर्ण करायची होती का? एखाद्या थंड हवेच्या ठिकाणी मला पाठवायचे होतेस!' पण तिने सर्व अटी सांगितल्या नव्हत्या. मग ईश्वर दुसरीकडे कसा पाठवणार?

आपल्या सहकाऱ्याप्रमाणे आपल्यालाही दुसऱ्या ठिकाणी चांगली नोकरी मिळावी, असे एका माणसाला वाटले. त्याला त्याप्रमाणे दुसरीकडे नोकरी मिळतेही; पण त्याला आपल्या परिवारापासून दूर जावे लागते. त्याला सहकाऱ्याची चांगली नोकरी दिसली; पण व्यक्तिगत जीवनात त्याला किती त्रास सहन करावा लागत होता, हे दिसले नाही.

सर्वांच्या गरजा व परिस्थिती वेगवेगळी असते. आपली परिस्थिती कशी आहे व आपल्याला जीवनात नेमके काय हवे आहे, त्यानुसार प्रार्थना करायची आहे. इतरांचे पाहून प्रार्थना करू नये!

सांगण्याचे तात्पर्य, आज आपण जी काही कर्मे, विचार व प्रार्थना करत आहोत ती समजूनउमजून, सजगतेने पूर्ण करायची आहे, अर्धवट सोडायची नाही. कारण प्रार्थनासुद्धा एक प्रकारे कर्म आहेत ते नंतर फलित होते.

शबरीचे दंडकारण्यातील जीवन हे तिने केलेल्या प्रार्थनेचा परिणाम होता. ती ऋषिमुनींच्या सान्निध्यात राहत होती. ती सुंदर नव्हती आणि कोणत्याही सांसारिक

बंधनात अडकलेली नव्हती. ती फक्त सेवेत व भक्तीत तल्लीन राहत होती.

सत्याच्या अनुभवाने मायेचा विसर पडतो.

शबरीच्या अप्सरेच्या रूपातील जन्मकथेत सांगितले आहे की, भगवान विष्णूच्या दर्शनामुळे तिचे देहभान हरपल्याने ती नृत्य विसरली. इथे अप्सरेचे नृत्य म्हणजे जगात सुरू असणाऱ्या मायेच्या नृत्याचे प्रतीक आहे. माणूस मायेला वश होतो व दिवसभर तिच्या इशाऱ्यावर नाचत राहतो. परंतु गुरूची संगत, सत्संग लाभतो तेव्हा मायेची निरर्थकता लक्षात येते व जीवनात ईश्वराच्या उपस्थितीचा अनुभव येतो.

भुलभुल्लयात हरवून स्वतःला सुखी समजणाऱ्या माणसाच्या प्रथम लक्षात येते की, हे केवळ इंद्रजाल आहे. आपण सुख-दुःखाच्या दुष्टचक्रात अडकलो आहोत. खरा आनंद ईश्वरभक्तीत, तसेच सत्याच्या मार्गावर चालण्यात आहे, हे त्याला उमगते. त्यानंतर काही काळ का होईना, तो मायेला विसरून ईश्वरीय आनंदात बुडून जातो व अंतरंगातील स्रोताशी जोडला जातो. या आनंदाचा हा पहिला साक्षात्कार त्याच्या मनात भक्ती जागृत करतो. हा आनंद वारंवार मिळावा, अशी प्रार्थना करवून घेतो.

या कथेत अप्सरेला भगवान विष्णूचे पहिल्यांदा दर्शन होणे हे याच अनुभवाचे प्रतीक आहे. भगवान विष्णूंच्या दर्शनाने अप्सरा नृत्य विसरली, तिचे देहभान हरपले. त्यानंतर नेहमी ईश्वरीय अनुभव मिळावा यासाठी तिच्याकडून प्रार्थना होऊ लागली. नकळत झालेल्या प्रार्थनेमुळे प्रभू रामाच्या मीलनाला कारणीभूत ठरली.

मागच्या दोन पूर्वजन्मात झालेल्या प्रार्थनेमुळे शबरीचे जीवन भक्तिपूर्ण झाले. ती साधुसंतांच्या संगतीत राहिली, ज्ञान प्राप्त केले व शेवटी मनुष्यजीवनाचे अंतिम उद्दिष्ट मोक्ष, म्हणजे श्रीरामांनाच प्राप्त केले.

•••

या अध्यायात उद्धृत अप्सरेची कहाणी सविस्तरपणे पान क्रमांक ४७ वर वाचा.

शबरीचे सुरुवातीचे जीवन व संस्कार

पूर्वसंस्कार व कर्माची देवाणघेवाण

इतरांना किंवा स्वतःला कष्ट देऊन ईश्वराला प्रसन्न करता येत नाही. उलट, निःस्वार्थ सेवा, सत्यश्रवण, अतूट विश्वास व भक्तीमुळे ईश्वर प्रसन्न होतो.

त्रेतायुगातील हा प्रसंग आहे. श्रीरामांचा जन्म अजून झाला नव्हता. दंडकारण्य वनाजवळ एक भिल्ल (शबर) जातीचा समूह होता. शबरसेन मुख्य पुढारी होता. त्याच्या पत्नीचे नाव इंदुमती. त्यांच्या घरी एका कन्येचा जन्म झाला. त्यांनी प्रेमाने तिचे नाव शबरी ठेवले. शबरची मुलगी असल्याने घरातील लोक तिला 'शबरी' या नावाने हाका मारत. ती दिसायला रूपवान* (सुरत) नव्हती; पण स्वभावाने* (सिरत) चांगली होती, ईश्वराला प्रिय होती.

शबरीचा स्वभाव समूहात असणाऱ्या इतर लहान मुलांपेक्षा वेगळा होता. हिंसा, पशुहत्या, मांसाहार, मदिराप्राशन करणाऱ्या व तामसी जीवन जगणाऱ्या भिल्ल लोकांबरोबर राहूनही तिचा स्वभाव पूर्णपणे सात्त्विक, कोमल व करुणामय होता. ती लहानपणापासून पशुपक्ष्यांशी बोलायची, त्यांच्याबरोबर खेळायची. घरातील लोकांद्वारे केल्या जाणाऱ्या जीवहत्येला विरोध करायची. तिला मांसाहार आवडत नव्हता. तिला साधे जेवण आवडत होते.

शबरी आईला विचारायची, 'आई, या पशुपक्ष्यांमध्येही आपल्यासारखाच जीव आहे, त्यांना भावना आहेत. तुम्ही त्यांना का मारता? एका आईच्या मुलाला तुम्ही मारून खाता, त्या आईला कसे वाटत असेल? मला असे कोणी मारले तर तुम्हांला कसे वाटेल?'

तिचे असे बोलणे ऐकून तिच्या आईवडिलांच्या मनात विचार येई, की त्यांच्या घरी एखाद्या ऋषिमुनींच्या मुलीने जन्म घेतला आहे, म्हणून ती असा विचार करते. आमच्या जातीतल्या मुलांनी जन्मापासून हेच पाहिले आहे व त्याचा स्वीकारही केला आहे.

कधी-कधी ती विचारी, 'आई, आपण कोण आहोत? कुठून आलो आहोत? मेल्यावर कुठे जातो?' आईवडिलांकडे तिच्या अशा प्रश्नांची उत्तरे नसायची. स्वतःचे पोट कसे भरायचे व कसे जीवन व्यतीत करायचे, एवढाच विचार करण्याची त्यांच्या बुद्धीची क्षमता होती. परंतु भगवान बुद्धांप्रमाणे शबरीच्या मनातही असे प्रश्न निर्माण होत होते, ज्यामुळे तिला नाइलाजाने घर सोडावे लागले. म्हणून तिला अजून एका नावाने संबोधू शकतो – 'लेडी बुद्धा'.

शबरीने बाल्यावस्थेतच कित्येक जंगली श्वापदांना वाचवण्यासाठी स्वतःचे प्राण संकटात टाकले होते. ती नेहमी घर सोडून जंगलात फिरत होती, जनावरांबरोबर राहून त्यांच्याशी बोलत होती. कुटुंब व त्यांच्या जातीचा समूह यांच्यापेक्षा तिला पशुपक्ष्यांची संगत जास्त आवडत होती. समूहाच्या तामसी वृत्तीमुळे तिचे मन नेहमी खिन्न असे. जंगलात राहूनच तिला सुख-शांतीचा अनुभव येत असे. शबरीमध्ये जन्मतःच सात्त्विक संस्कार असल्यामुळे तिचे वागणे अशा प्रकारचे होते.

पूर्वसंस्कारांचा परिणाम

प्रत्येक माणसावर आजूबाजूच्या परिस्थितीचा व संगतीचा मोठा प्रभाव असतो. हे खरे असले तरी प्रत्येक जण जन्मतःच स्वतःचे असे संस्कार (वृत्ती) घेऊन येतो, हेही सत्य आहे. म्हणून कुटुंबातील दोन मुलांचे एकसारखे संगोपन केले तरी प्रत्येकाचा स्वभाव, सवयी, विचार वेगवेगळे असतात. एकाच कुळात रावणासारखा अहंकारी व विभीषणासारखा भक्त जन्माला येतो.

माणसाने कुठे जन्म घ्यायचा व त्याचा मूळ स्वभाव कसा असेल, हे त्याच्या

पूर्वसंस्कारांवर व कर्माच्या देवाणघेवाणीवर अवलंबून असते; त्याचबरोबर ईश्वराने त्याच्यासाठी कोणती दिव्य योजना तयार केली आहे, त्याच्या जन्माचे उद्दिष्ट काय आहे, यावरसुद्धा अवलंबून असते. शबरीचे पूर्वसंस्कार सात्त्विक होते. तिचे निसर्गावर, सर्व प्राणिमात्रांवर प्रेम होते. तिच्या मनात करुणा होती. ती एकांतात शांतीचा अनुभव घेत असे. पूर्वसंस्कारवश तिच्या मनात आध्यात्मिक जिज्ञासा उत्पन्न होत होती. आधी कोणी विचारले नव्हते, असे प्रश्न तिच्या मनात येत होते.

शबरीचा हा स्वभाव तिला तामसी वातावरणापासून दूर भक्तिपूर्ण वातावरणात घेऊन जाण्यास कारणीभूत ठरला. शबरीच्या प्रारंभिक जीवनातून आपण धडा घेऊ शकतो, की आज जरी प्रतिकूल परिस्थिती असली, चुकीच्या लोकांबरोबर नाइलाजाने राहण्याची वेळ आली, तरी परिस्थिती व वातावरण बदलण्याची आपली इच्छा असेल तर आधी आपल्या मनात परिवर्तन आणणे गरजेचे आहे. आपले आचारविचार, व्यवहार वर्तणूक, प्रार्थना शुद्ध करायला हवी. आतून बदल घडेल तेव्हा त्याचा परिणाम आपल्या वर्तणुकीत व वाणीत दिसून येईल आणि त्याच्या प्रभावामुळे परिस्थिती व वातावरणात बदल घडेल.

आपली विचार करण्याची पद्धत वृत्ती बनून अंतरंगात भिनते आणि ती आपले भविष्यातील जीवन ठरवते. म्हणून सर्वांशी चांगले वागा, चांगले विचार करा, चांगले बोला व चांगल्या प्रार्थना करा. कोणते चुकीचे कर्म अथवा विचार आपल्याला संकटात ढकलेल व कोणते प्रामाणिक कर्म किंवा शुभभावना एखाद्या संकटातून वाचवेल, हे माहीत नसते.

विपरीत परिस्थितीत जन्माला येऊनही हृदयाची कोमलता, सात्त्विकता, पावित्र्य व भक्ती कशी करता येईल, याची प्रेरणा देण्यासाठी जगात काही लोकांचा जन्म होतो. भक्त प्रल्हाद याचे उत्तम उदाहरण आहे. राक्षसकुळात जन्माला येऊनही ते महान भक्त झाले. संत रविदास निम्न समजल्या जाणाऱ्या जातीत जन्माला येऊनही आत्मसाक्षात्कारी गुरू झाले. शबरीचा जन्मही असाच होता. तामसी प्रवृत्तीच्या भिल्ल जातीत जन्माला येऊनही तिच्या भक्तीत इतकी शक्ती होती, की खुद्द श्रीराम तिच्या घरी आले.

•••

ईश्वराला रूपापेक्षा (सुरत) स्वभाव (सिरत) प्रिय आहे. हे अध्याय १७मध्ये समजून घ्या.

४

शबरीचा गृहत्याग

दिव्य गुणांचा अंतर्भाव

जीवन सर्व बाजूने बहरण्याच्या हेतूने भक्तिसाधनेद्वारे आपले शरीर तिरस्कार, ईर्ष्या, द्वेष व अहंकार यातून रिक्त करा व प्रेमाने भरून टाका.

बाहेरचे तामसी वातावरण व अंतरंगात सात्त्विकता या संघर्षात सापडलेल्या शबरीचे मन नकळत प्रार्थना करू लागले. 'सर्वांना करुणादृष्टी प्राप्त व्हावी... इतरांचे दुःख समजावे... अहिंसक व्हावे... सर्वांनी निःस्वार्थ जीवन जगावे.' जाणूनबुजून शबरी असे करत नव्हती. पण तिच्या मनातून उमटणारा प्रत्येक विचार, प्रत्येक भावना प्रार्थना होत होती. ती स्वतःच्या आयुष्यात दिव्य प्रेम, दिव्य शांती व दिव्य गुण यांचा अंतर्भाव करत होती. या प्रार्थनांच्या परिणामांमुळे तिच्या जीवनाचे नवीन पान उघडणार होते.

शबरीने किशोरावस्थेत पाऊल टाकले आणि तिच्या वडिलांना तिच्या लग्नाची काळजी वाटू लागली. त्यांनी तिचा विवाह समूहातील एका भिल्लाशी करण्याचे ठरवले. शबरीचे वय लहान होते. तिला अजून विवाहाचा अर्थही माहीत नव्हता. घरातील उत्साहाचे वातावरण पाहून तिला आनंद वाटत होता.

एके दिवशी झोपेतून उठल्यावर तिने पाहिले, की घराबाहेर खूप बकऱ्या, म्हशी,

हरणे बांधलेली होती. ती खूप अस्वस्थ, बेचैन वाटत होती. काहींच्या डोळ्यांत पाणी तरळत होते. शबरी धावतच त्यांच्याकडे गेली व मिठी मारून त्यांच्या डोक्यावरून हात फिरवत बोलू लागली. सर्व जनावरे खूप दुःखी व घाबरलेली असल्याचे तिच्या लक्षात आले. ती लगेच आईकडे गेली व विचारू लागली, ''इतकी जनावरे इथे का बांधली आहेत?''

तिच्या डोक्यावरून मायेने हात फिरवत आई म्हणाली, ''अग, उद्या तुझे लग्न आहे ना! मग सर्वांचा पाहुणचार होणारच! शेवटी तू भिल्लांच्या सरदाराची मुलगी आहेस. ही सारी जनावरे पाहुण्यांना सुग्रास जेवण देण्यासाठी आणली आहेत.''

हे ऐकून शबरीच्या अंगाचा थरकाप झाला. इतकी सारी जनावरे फक्त जेवणासाठी मारली जाणार...?

ती विनवणीच्या सुरात आईला म्हणाली, ''आई, जंगली कंदमुळे, फळे, शेतातील धान्य यांपासूनही जेवण बनवता येते ना! या जनावरांना मारण्याची काय गरज आहे?''

यावर आईने तिला समजावले व म्हणाली, ''यात त्रास होण्याचे काय कारण आहे? पशू हे आपले खाद्य आहे. आपणच नाही, तर पशुसुद्धा इतर पशूंना मारून खातातच ना?''

त्यावर शबरीने तार्किक उत्तर दिले, ''फक्त मांसाहारी पशू इतर पशूंना मारून खातात. कारण ईश्वराने त्यांना शेती करण्यासाठी निर्माण केले नाही. पण आपण शेती करून स्वतःचे पोट भरू शकतो ना! त्यासाठी जीवहत्या का करायची? ही जनावरे सोडून दे, आई. यांच्या घरातील सदस्य त्रस्त झाले असतील.''

मुलीचे आर्जवी, गोड बोलणे ऐकून आईला हसू आले. ती म्हणाली, ''आपल्या घरातली गोष्ट असती तर मी तुझे ऐकले असते. पण उद्या तुझे लग्न आहे ना! आणि हे बघ, आता असे बोलणे बंद कर. नंतर तुला स्वतःला जनावरांना मारून पतीसाठी जेवण तयार करावे लागणार आहे. म्हणून आत्तापासून मन घट्ट कर...! पशूंकडे खाद्य म्हणून बघायला शीक!''

हे ऐकून शबरीचे मन खूप विचलित झाले. ती म्हणाली, ''आई, मी कधीही कोणत्या पशूची हत्या करणार नाही. तुम्ही माझे लग्नच करू नका.''

आई म्हणाली, ''विवाह तर होणारच! प्रत्येक मुलगी लग्न करते. आता मला

जास्त त्रास देऊ नकोस... मला काम करू दे.''

आई मनातल्या मनात विचार करू लागली... 'आत्ता शबरी लहान मुलाप्रमाणे बोलत आहे. पण काळ तिला समजुतीने घ्यायला शिकवेल!' या विचाराने तिची आई निश्चिंत झाली.

दुसरीकडे शबरी विचार करू लागली... 'माझ्यामुळे इतक्या पशूंची हत्या होणार, मी हे पापाचे ओझे घेऊन कशी जगणार?... त्यापेक्षा लग्न न करणे उत्तम! परंतु घरात थांबले तर लग्न लावणारच... लग्नापासून स्वतःला वाचवायचे असेल तर घरातून बाहेर पडणे हा शेवटचा उपाय आहे.' शबरीला हा उपाय योग्य वाटला.

दुसऱ्या दिवशी सकाळी उठून तिने सर्व पशूंना सोडून दिले. त्यांच्याबरोबर ती जंगलाच्या दिशेने जाऊ लागली. घर सोडताना तिला खूप वाईट वाटत होते. पण कानात तिची मैत्रीण मंगलाचा आवाज घुमत होता...

दंडकारण्याच्या जंगलात हजारो साधू, संन्यासी, तपस्वी राहतात आणि ते सात्त्विक जीवन जगतात. ईश्वराचे ध्यान करत, तपस्या करत ते आपले जीवन व्यतीत करतात. त्या परिसरात इतकी शांतता व आनंदाचा अनुभव येतो, की त्याचे वर्णन करणेच अशक्य! हे मैत्रिणीचे बोल तिला आठवू लागले. शबरीची पावले त्या दिशेने चालू लागली. चालता-चालता तिच्या मनात विचार येऊ लागले... 'मी ऋषिमुनींची सेवा करेन... त्यांच्या आश्रमात राहून सत्संगाचा लाभ घेईन... शुद्ध - सात्त्विक जीवन जगेन, ईश्वराची भक्ती करेन... वन्य प्राण्यांबरोबर खेळेन... तिथे माझे जीवन किती सुखाचे असेल!... तिथे कसलाही त्रास नसेल, हिंसा नसेल, सर्वांबद्दल मनात शुभभावना असतील... तिथले वातावरण किती पवित्र व दिव्य असेल!...'

विचार करत-करत शबरी ऋषिमुनींच्या आश्रमाजवळ पोहोचली. तिच्या विचारांप्रमाणेच तिथले दृश्य होते. तिथे काही ऋषींचे कुटुंबही राहत होते. आश्रमाच्या अंगणात त्यांची मुले शास्त्रांचे शिक्षण घेत होते. दूर अंतरावर काही साधू तपस्या करत होते, तर काही ठिकाणी होमहवन सुरू होते. संपूर्ण वातावरण दिव्यतेने भारून गेले होते.

शबरी मोठ्या उमेदीने ऋषींच्या एका समूहाजवळ गेली आणि त्यांना नमस्कार केला. एका ऋषीने विचारले, ''मुली, तू कोण आहेस? आणि एकटी या वनात

काय करत आहेस?''

शबरी उत्तरली, ''महाराज! मी आमच्या समाजाच्या हिंसक वृत्तीला कंटाळून इकडे पळून आले आहे. इथे राहून मला साधू, तपस्वी यांची सेवा करायची आहे. त्यांच्याकडून ज्ञान-भक्तीचा आशीर्वाद प्राप्त करण्याची माझी इच्छा आहे.''

हे ऐकून साधू प्रसन्न होत म्हणाले, ''चांगली गोष्ट आहे! जग किती स्वार्थी व निर्दयी आहे, खरे सुख ईश्वरप्रेमातच आहे. इतक्या लहान वयात तुला ही समज आली हे शुभ लक्षण आहे. तुझी ओळख सांग. तू कुठून आलीस? तुझी जात कोणती? त्यानंतरच तू या आश्रमात राहू शकतेस.''

शबरीच्या दृष्टीने हा खूप सरळ व सोपा प्रश्न होता. तिने ताबडतोब ती भिल्ल असल्याचे सांगितले. प्रामाणिक उत्तर पचवण्याची ताकद त्या ऋषिमुनींमध्ये नव्हती. त्यांनी प्रपंचाचा त्याग केला असला तरी प्रपंचाचे नियम अजूनही त्यांच्यावर प्रभाव टाकत होते. शबरीच्या भिल्ल जातीला त्या काळी क्षुद्र मानले जात होते. तिला वेदपाठ करण्याचा, आश्रमात राहून भक्ती करण्याचा अधिकार नव्हता. त्यामुळे सर्वांपुढे एक मोठेच संकट उभे राहिले. ते तिच्याकडे निम्न दृष्टीने पाहू लागले. याचे कारण मात्र शबरीच्या लक्षात येत नव्हते.

एक ऋषी रागाने शबरीला म्हणाला, ''तू जिथून आली आहेस तिकडे परत जा! हे साधनास्थळ तुझ्यासाठी नाही. तुझी सावलीसुद्धा आमच्यासाठी अमंगल आहे. मोठ्या मुश्किलीने जे थोडेफार तपोबल मिळवले आहे, ते तुझ्या दूषित छायेमुळे मातीत मिसळेल. ताबडतोब इथून निघून जा आणि पुन्हा इकडे येऊ नकोस!''

शबरी आजपर्यंत आपला कबिला सोडून कुठेही राहिली नव्हती. तिच्या समाजात ती सरदाराची मुलगी असल्यामुळे तिला राजकुमारीसारखा मान मिळत होता. तिची छायासुद्धा अपवित्र, दूषित आहे हे तिला आज समजले होते. पण यामागचे कारण तिच्या बुद्धीच्या पलीकडचे होते.

शबरीने तर्कबुद्धीने विचारले, ''तुम्ही असे का म्हणत आहात, ऋषिवर? मीसुद्धा तुमच्यासारखीच माणूस आहे. माहीत आहे, मला तुमच्याइतके ज्ञान नाही. पण याचा अर्थ असा नाही, की माझी छायासुद्धा अपवित्र ठरावी?''

यावर ऋषी म्हणाले, ''तू अज्ञानी आहेस म्हणून असे म्हणत आहेस. तू ज्या जातीत जन्माला आली आहेस, त्या जातीतील प्रत्येक माणूस अस्पृश्य आहे, निम्न

आहे. त्याला ज्ञानप्राप्तीचा, ऋषि-मुनी-संतांची सेवा करण्याचा व ईश्वरभक्ती करण्याचा काहीही अधिकार नाही. त्यांचा जन्म फक्त समाजातील उच्च वर्गाची सेवा करण्यासाठीच झाला आहे.''

शबरीने विचारले, ''जर मला ज्ञानप्राप्तीचा व भक्तीचा अधिकार नसेल तर माझा उद्धार कसा होणार?''

ऋषी म्हणाले, ''सेवा करून स्वतःचा उद्धार करून घेणे एवढेच फक्त तुझ्या हातात आहे.''

यावर शबरीने नम्रपणे निवेदन दिले – ''असे असेल तर त्यासाठी मला ठेवून घ्या. मी तुम्हां लोकांची खूप सेवा करेन. तुमच्यासाठी जंगलातून लाकडे तोडून आणेन, आश्रमाची स्वच्छता करेन, तुमच्या गायींची देखभाल करेन.''

तेव्हा एक ऋषी खूप रागाने म्हणाले, ''सेवाच करायची आहे तर मग समाजातील इतर प्रापंचिक लोकांची कर. हा खूप पवित्र आश्रम आहे. इथे निम्न जातीच्या लोकांना प्रवेश वर्ज्य आहे. चल, चालू लाग!'' असे म्हणून त्या ऋषींनी अपमानित करून शबरीला हाकलून दिले.

ही कहाणी इथेच संपत नाही.

•••

५

अज्ञान व भेददृष्टीची समज

ज्ञानींच्या वेशात अज्ञानी

ईश्वरासमोर बौद्धिकता उपयोगाची नाही, तो बुद्धीच्या पलीकडे आहे. ईश्वर फक्त निर्मळ, निरागस भक्तीसमोर प्रकट होतो आणि तो स्वतः चालत भक्तासमोर येतो.

मागच्या अध्यायात पाहिले की, शबरीसारख्या शुद्ध, पवित्र व दिव्य आत्म्यालाही ईश्वर-साधकांद्वारे कसे अपमानित व्हावे लागले. कारण तिची जात त्यांच्या दृष्टीने निम्न दर्जाची होती.

एखाद्या अज्ञानी, निरक्षर माणसाने असे म्हटले असते तर समजू शकतो. परंतु इथे तर असे ऋषिमुनी, ज्ञानी, ध्यानी व वेदशास्त्राचे जाणकार होते, ज्यांना वेदांचे ज्ञान होते. वेदामध्ये असेच सांगितले आहे, की 'सर्वांभूती एकाच चेतनेचा वास असतो आणि ती चेतना म्हणजे ईश्वर आहे. सर्व जण एकच आहेत.' त्यामुळे त्यांनी केलेल्या अन्यायपूर्ण वचनाने असेच सिद्ध होते, की ते ज्ञानींच्या वेशात असलेले अज्ञानीच होते.

ज्यांच्यात असा अहंकार असतो व जो स्वतःला इतरांपेक्षा श्रेष्ठ समजतो किंवा इतरांना निम्न समजतो, तो खरा ज्ञानी असूच शकत नाही. वास्तविक ज्याचा

अहंकार विलीन झाला आहे, जो सर्वांकडे समदृष्टीने पाहतो व करुणेचा वर्षाव सर्वांवर एकसारखा करतो, त्याला खऱ्या अर्थाने ज्ञानी म्हणण्याचा अधिकार आहे. नुसते आध्यात्मिक - धार्मिक ग्रंथ वाचून किंवा पाठ करून कुणीही ज्ञानी होत नाही. जर ते ज्ञान अंतरंगात भिनले नाही, आचरणात आले नाही, तर ते ज्ञान अज्ञानापेक्षाही वाईट आहे. कारण ज्याला स्वतःच्या अज्ञानाचे भान आहे, तो ज्ञान प्राप्त करण्याचा प्रयत्न करेल; पण ज्याने अज्ञानालाच ज्ञान समजले आहे, त्याची तर सत्याची यात्रा थांबते.

गीतेत वर्णन केलेली वर्णव्यवस्था

आजही शास्त्रांद्वारे वर्णव्यवस्था निर्माण झाली आहे, असे जातिव्यवस्थेचे समर्थन करणारे अनेक कट्टर लोक आहेत. ते म्हणतात, 'गीतेत श्रीकृष्णाने म्हटले आहे की, समाज चार वर्गांत विभाजित केला आहे – ब्राह्मण, क्षत्रिय, वैश्य व शूद्र. यांमध्ये ब्राह्मण सर्वांत उच्च आहेत, तर शूद्र सर्वांत निम्न.' ज्यांनी ही गोष्ट नीट समजून घेतली नाही असेच लोक अशा प्रकारचे भाष्य करतात.

वास्तविक श्रीकृष्णाने सांगितलेला योग्य अर्थ असा – 'ब्राह्मण, क्षत्रिय, वैश्य व शूद्र ही माझीच अंगे आहेत, जी क्रमशः मेंदू, हात, पोट व पाय यांचे प्रतीक आहेत.' म्हणजे, गीतेनुसार हे वर्गीकरण कर्माच्या आधारे केलेले आहे, जातीच्या नाही. उदाहरणार्थ, इतर माणसांवर उपचार करण्याची पात्रता असलेल्याला डॉक्टर म्हणतात. याचा अर्थ असा नाही, की डॉक्टरच्या घरात जन्माला आला म्हणून तोही डॉक्टर झाला. ढोबळमानाने समाजाचे वर्गीकरण कामांच्या आधारे चार वर्गांत केले होते.

ब्राह्मण : आध्यात्मिक ज्ञान प्राप्त करणारा : ब्रह्माचा साधक, समाजाची मशाल

क्षत्रिय : प्रशासन व सुरक्षाव्यवस्था सांभाळणारा, रक्षक

वैश्य : व्यापारी वर्ग : सगळीकडे धान्य पोहोचवणारा

शूद्र : कामगार वर्ग : कर्माचे आचरण करणारा कर्मचारी

महाविद्यालयात ज्याप्रमाणे सायन्स, कॉमर्स व आर्ट्स असे वेगवेगळे वर्गीकरण केले जाते, तसेच हे वर्गीकरण होते. पण एका वर्गाचा विद्यार्थी दुसऱ्या वर्गापिक्षा श्रेष्ठ असतो, असा याचा अर्थ नसतो.

वर्गीकरण करण्यामागची भावना वाईट नसेल तर वर्गीकरण करणे काही अयोग्य नाही. भारतीय समाजात योग्य भावनेने वर्ण व जाती व्यवस्थेची सुरुवात करण्यात आली होती. कधी वास्तव्याच्या ठिकाणावरून, तर कधी उदरनिर्वाहाच्या साधनांच्या आधारे जनसमूहांना नाव दिले गेले. एखाद्या माणसाला बोलावण्यासाठी नाव ठेवले जाते, त्याचप्रमाणे समान गुण असणारा जनसमूह समजण्याची सोय म्हणून नाव दिले गेले. त्याला वर्ण किंवा जात म्हटले जायचे. आजही महाराष्ट्रात राहणारे मराठी, दक्षिण भारतात राहणारे दक्षिण भारतीय, युरोपमध्ये राहणारे युरोपीय असे संबोधले जाते. परंतु हळूहळू ही व्यवस्था विकारग्रस्त झाली.

गीतेत सांगितलेल्या गोष्टी उलटसुलट करून काही शिकल्या-सवरलेल्या लोकांनी स्वतःचे वेगळेपण सिद्ध केले.

निम्न जातीच्या लोकांच्या मनात ठसवले गेले, की ते निम्न आहेत. पद व शक्ती यांच्या बळावर ते प्रबळ झाले आणि दबल्या गेलेल्या माणसांची विवेकबुद्धी हरवून गेली. ते त्यांचे म्हणणे योग्य मानू लागले. अशा प्रकारे ते हीनतेने ग्रासले गेले. तथाकथित उच्चवर्णीय स्वतःला अती उच्च आणि तथाकथित निम्न समजणारे स्वतःला अजूनच हीन समजू लागले. दोन्ही बाजूंनी दोन बिरुदे लागली गेली व चुकीची धारणा बनून गेली. पिढ्यान्पिढ्यांनंतर त्यावर अजूनच शिक्कामोर्तब होत गेले. त्यामुळे मुळात असत्य असलेली गोष्ट सत्य वाटू लागली. एक छोटा व एक मोठा असे वर्गीकरण होऊ लागले.

दंडकारण्यातील ऋषिमुनी, साधक, तपस्वी ज्ञान प्राप्त करूनही वर्षानुवर्षे चालत आलेली ही चुकीची प्रथा तोडू शकले नाहीत. अजूनही ब्राह्मण नसलेली जात त्यांच्यापेक्षा निम्न आहे, असेच ते मानत होते. आध्यात्मिक ज्ञान त्यांच्या श्रेष्ठतेचा अहंकार मोडू शकले नाही.

श्रेष्ठ कोण ?

माणसाची जात त्याची श्रेष्ठता ठरवत नाही, तर त्याची चेतना व त्याचे दिव्य गुण त्याला श्रेष्ठ ठरवतात. जो जितका करुणावान, प्रेमळ, निःस्वार्थी, पवित्र, भक्त, सेवाभावी, अहंकारशून्य आहे, तो तितका श्रेष्ठ आहे. तसे पाहिले तर अपमानित झालेली शबरी ऋषिमुनींपेक्षा अधिक श्रेष्ठ होती.

एखादा स्वतःला ईश्वरभक्त समजत असेल त्याने आपल्यात किती भक्ती आहे, हे जाणून घ्यावे. त्यासाठी आपल्याला कोणत्या गोष्टीच्या श्रेष्ठतेचा अहंकार आहे, हे त्याने अंतःकरणात डोकावून पाहिले पाहिजे. तो स्वतःला इतरांपेक्षा वरचढ समजतो का? जुन्या विश्वासप्रणालीनुसार तो वागत आहे का? इतर लोक भक्ती करत नाहीत, पण मी भक्ती करतो याचा अभिमान वाटतो का? असे असेल तर भक्ती अजून आचरणात आली नाही, फक्त बोलण्यापुरती आहे, हे त्याच्या लक्षात यायला हवे.

जीवनात भक्ती उतरावी, बहरावी यासाठी माणसामध्ये मूळ पात्रता असायला हवी. शबरीमध्ये हे गुण होते. तिचे मन सरळ व निर्मळ होते, भाव शुद्ध होते, भक्तीची ग्रहणशीलता होती. या गुणांमुळे वनात निराधार असूनही शबरीला ज्ञान व भक्ती प्राप्त करण्याची संधी मिळाली. प्रतिकूल परिस्थितीतही तिने संधी कशी प्राप्त केली हे पुढील अध्यायात पाहू.

•••

शबरीची ग्रहणशीलता

स्वीकारभाव दमदार उद्दिष्टांचा प्रभाव

जीवनात ज्ञानयुक्त कर्म करा.
हीच खरी भक्ती आहे.
ती तुम्हांला आरोग्य, समृद्धी व संतुष्टता प्रदान करते.

दंडकारण्यातील ऋषिमुनींनी शबरीचा तिच्या जातीवरून अपमान केला, तिला अस्पृश्य व हीन समजले. त्या बदल्यात शबरीने काय केले? दुसरा कोणी असता तर... एक तर, त्याला ऋषिमुनींचा राग आला असता, वैमनस्य निर्माण झाले असते किंवा त्यांचे म्हणणे खरे मानून दुःखी अंतःकरणाने परत गेला असता. पण, शबरीच्या मनात ना त्यांच्याबद्दल वैमनस्य जागले, ना स्वतःला हीन समजून ती परत गेली. तिने ऋषींनी सांगितलेल्या सेवामार्गाला जीवनाचे सूत्र बनवून ग्रहण केले. एक ऋषी म्हणाले होते – 'इतरांची सेवा करूनच तुझा उद्धार होऊ शकतो.' हीच गोष्ट शबरीने मंत्रासारखी जपली व ग्रहण केली. अशी असते ग्रहणशीलता! आपल्या उपयोगी असणारी गोष्ट कोणत्याही माध्यमातून आली तरी ती घेता यायला हवी, जीवनात उतरवता यायला हवी.

वर्गात शिक्षक अनेक विद्यार्थ्यांना एकाच वेळी शिकवत असतात. ज्याची

जितकी ग्रहणशीलता असते तितका तो विद्यार्थी शिकतो. काही मुले पुस्तके वाचून शिकतात, तर काही मुलांना कितीही शिकवले तरी ते शिकत नाहीत. ज्यांना आपल्या जीवनाची दिशा बदलायची आहे, काही नवीन शिकायचे आहे, त्यांच्यासाठी ग्रहणशीलता हा खूप आवश्यक गुण आहे.

तुम्हांला एकलव्याची गोष्ट माहीत असेल. एकलव्याने द्रोणाचार्यांना आपले गुरू मानले होते. त्यांची प्रतिमा समोर ठेवून तो धनुर्विद्या शिकत होता. गुरूकडून शिक्षण मिळाले नसूनही तो धनुर्विद्येत पारंगत झाला आणि अर्जुनापेक्षाही श्रेष्ठ धनुर्धर ठरला, कारण तो ग्रहणशील होता.

संत कबीरसुद्धा असेच ग्रहणशील होते. गुरुकृपा व्हावी म्हणून ते अंधारात गुरू रामानंद ज्या रस्त्यावरून गंगास्नानासाठी जायचे, त्या रस्त्यावर झोपले. रामानंदांचा पाय कबीरदासांना लागताच ते 'राम-राम' म्हणाले. त्यांच्या मुखातून बाहेर पडलेले रामनाम हा गुरुमंत्र समजून कबीरदासांनी तो धारण केला व याच मंत्राने त्यांना आत्मसाक्षात्कार प्राप्त झाला. हीच असते ग्रहणशीलतेची शक्ती! रामनाम तर सर्वांनाच माहीत असते; पण जो ते पूर्णपणे ग्रहण करतो त्याचाच उद्धार होतो.

शबरीची सेवाभक्ती

निम्न जात असल्याने काही ऋषींनी शबरीला आश्रमातून निघून जाण्यास सांगितले, सेवा करणे तर फार लांबची गोष्ट होती! परंतु शबरीने पुन्हा हिंसक व तामसी वातावरणात न जाण्याचा निश्चय केला होता. कोणत्याही परिस्थितीत तिला याच वनात, याच वातावरणात जगायचे होते, मरायचे होते. तिचा निश्चय अटळ होता. इथेच आपला उद्धार होणार आहे, असे तिला वाटत होते. तिने हाच मार्ग निवडला. ती लपूनछपून एखाद्या झाडाखाली राहू लागली, कंदमुळे खाऊन उदरनिर्वाह करू लागली. चोरून ती साधुसंतांचा सत्संग ऐकत होती व होता होईल तितकी स्वतःची ओळख न दाखवता त्यांची सेवा करत होती.

संतांबरोबर लपून राहूनही शबरीचे डोळे व कान उघडे होते. कुठे ज्ञानाच्या, भक्तीच्या गोष्टी सांगितल्या जात असतील तर ती त्या लक्ष देऊन ऐकायची, त्यातून काही शिकायची. असेच ऐकता-ऐकता तिला समजले, की भगवान विष्णू श्रीरामांच्या रूपात अवतार घेणार आहेत. साधू-संन्याशांकडून राममहिमा ऐकता-

ऐकता तिच्या मनात श्रीरामांबद्दल भक्ती जागृत झाली. मनातल्या मनात ती प्रार्थना करू लागली... याच जन्मात तिला श्रीरामाचे दर्शन घडावे व त्यांच्या चरणांची सेवा करण्याचे सौभाग्य मिळावे!

त्याखेरीज तिने बरेच ज्ञान प्राप्त केले होते. माणसाच्या जीवनातील समस्या त्याला काही शिकवण्यासाठी येतात, दुःख चिंतन करण्यासाठी येते, हे तिच्या लक्षात आले होते. माणसाच्या बाबतीत जे घडते, ते त्याच्या पूर्वकर्मांच्या फलस्वरूप घडते, हे माहीत झाल्यामुळे तिने प्राप्त परिस्थितीचा पूर्णपणे स्वीकार केला होता.

तिच्या मनात कोणाविषयीही दुर्भावना उरली नव्हती, ना कोणत्याही गोष्टीचे तिला दुःख वाटत होते. सर्वांसाठी मंगल भावना जागवून ती मनातल्या मनात रामनाम जपत होती व स्वतःला कोणत्या ना कोणत्या सेवाकार्यात व्यग्र ठेवत होती. अशा प्रकारे भक्तीतच आनंदात राहत होती.

ग्रहणशीलता कशी वाढवावी ?

शबरीच्या जीवनावरून ग्रहणशीलता वाढवण्यासाठी काही मुद्दे लक्षात घेऊ. उदाहरणार्थ,

* **स्वतःच्या मूळ स्वभावात स्थिर राहा**

प्रत्येकाचा एक मूळ स्वभाव असतो. मूळ स्वभाव म्हणजे वास्तवात जे आपण आहोत, जे आपले वास्तविक गुण आहेत, त्याचा स्वभाव. माणसाने त्या स्वभावानुसार आचरण केले तर त्याचे भाव, विचार, वाणी, क्रिया व लेखन एकाच दिशेने होते. त्यामुळे त्याचे मन भरकटत नाही व ग्रहणशीलता अबाधित राहते. जसा शबरीचा मूळ स्वभाव दया, अहिंसा, करुणा व प्रेम होता, तो कायम तसाच राहिला. आजूबाजूच्या परिस्थितीचा प्रभाव तिने स्वतःवर पडू दिला नाही.

* **एक उद्दिष्ट असावे, त्यात एकाग्रता असावी**

तुम्ही तुमच्या जीवनाचे एखादे उच्च उद्दिष्ट ठरवले आणि त्यात स्पष्टता असेल, तर नियती ते पूर्ण होण्यासाठी तुम्हांला मदत करते. ती तुमचे धैर्य वाढवते, कठीण

प्रसंगांत मार्गदर्शन करते. नियतीची मदत व संकेत ग्रहण करण्याची शक्ती आपोआप वाढते. फक्त एकाग्रताच वाढत नाही, तर ग्रहणशीलताही वाढते.

शबरीला माहीत होते की, तिचे जीवन याच अरण्यात व्यतीत होणार आहे आणि तिला भक्तीच करायची आहे. म्हणून तिने स्वतःच्या इंद्रियांना इतके अनुशासित केले होते, की दूरवर सुरू असलेल्या ज्ञान-भक्तीच्या गोष्टीही ती ऐकत होती आणि आचरणात आणत होती. आपण आपल्या उद्दिष्टाप्रति एकाग्र होतो तेव्हा मनाच्या शक्तीसुद्धा एकाग्र होतात. त्यामुळे योग्य परिणाम लगेच दिसून येतात.

• स्वीकारभाव

उच्च उद्दिष्ट गाठण्याच्या मार्गांत त्रास तर होणारच! मग तणावग्रस्त न होता, मार्गापासून पलायन न करता स्वीकारभावनेने सामना केला तर त्रास लक्षातही येत नाही. त्रास म्हणजे जणू काही हवेने भरलेला मोठा फुगा, जो दिसायला मोठा दिसतो; पण स्वीकारभावनेची टाचणी टोचताच तो फुटून जातो. त्यामुळे नकारात्मक चिंतन न होता समस्या सोडवण्याकडे लक्ष केंद्रित होते. आजच्या परिस्थितीचा स्वीकार करता येत नसेल तर निदान अस्वीकाराचा तरी स्वीकार करा. स्वीकारभाव वाढल्याने आपण सकारात्मक चुंबक बनतो आणि निसर्गाची कृपा ग्रहण करू शकतो.

शबरी दंडकारण्यात आली तेव्हा तिचे वय काही जास्त नव्हते. तिला कोणाचाही आधार मिळाला नाही, तरीसुद्धा तिने जिवंत राहण्याचे व उद्दिष्ट गाठण्याचे मार्ग शोधून काढले होते. स्वीकारभाव व दमदार उद्दिष्ट यामुळे तिला हे शक्य झाले.

• निःस्वार्थ जीवन

निःस्वार्थ जीवनाची खूप मोठी शक्ती असते. सेवाभावनेत राहणे सर्वांत मोठी भक्ती आहे. निसर्ग पूर्णतः निःस्वार्थी असतो, म्हणून जो जितका जास्त निःस्वार्थी असतो, तो तितका जास्त निसर्गाशी ताळमेळ राखतो. निसर्ग सर्वांवर सारखीच कृपा करत असतो. निःस्वार्थ जीवन जगणारा, सर्वांप्रति सेवाभाव राखणारा माणूस निसर्गाकडून आलेल्या कृपेबद्दल ग्रहणशील असतो. जणू काही दोघांमध्ये एक प्रशस्त मार्गच तयार झालेला असतो. तो वेगवेगळ्या प्रकारे निसर्गाची सेवा करतो

व निसर्ग त्याला उत्तम गोष्टी प्रदान करतो.

इथे उत्तम गोष्टी म्हणजे, प्रापंचिक साधनसामग्री, उपयुक्त यांत्रिक साधने, चांगली नोकरी, पैसा, सुखसुविधा नाहीत. उत्तम गोष्ट म्हणजे, माणसामध्ये जास्त प्रेम - करुणा - दया - आनंद - भक्ती व सेवाभाव येणे, त्याच्यात ईश्वरीय गुणांचा उच्चतम विकास होणे. जसजसे शबरीचे वनातील दिवस व्यतीत होऊ लागले तसतसा तिच्यात ज्ञान, भक्ती व ईश्वरीय गुणांचा विकास होत होता.

या वेळी शबरीची अवस्था परिपक्व शिष्याप्रमाणे होती. फक्त एका सद्गुरूची कमी होती. असा सद्गुरू जो तिला सत्यरूपी रामापर्यंत पोहोचवू शकेल. शिष्य तयार असेल तर गुरुकृपा होतेच! शबरीच्या बाबतीत असेच घडले. शबरीला गुरू कसे भेटले, हे पुढील अध्यायात जाणून घेऊ.

...

शबरीला भेटले गुरु व झाली गुरुकृपा

खऱ्या भक्तीचा दीप

जेव्हा मन संतुलित भक्तीत तल्लीन होते तेव्हा सारे कष्ट ईश्वराचा प्रसाद होते, दुःख तपस्या होते व सुख कृपा होते.

एके दिवशी साधू-संन्याशांच्या संभाषणातून शबरीने ऐकले की, दंडकारण्यातच मातंग नावाचे ऋषी राहतात व ते साधनेच्या उच्च अवस्थेत आहेत. ते कोणाशीही बोलत नाहीत, फक्त साधनेत तल्लीन असतात. ते ज्याचा शिष्य म्हणून स्वीकार करतात त्याचे भाग्य उजाडते, त्याला साक्षात नारायणाचे दर्शन घडते. हे ऐकून शबरीचे मन प्रार्थना करू लागले... 'मलाही असे गुरू मिळावेत; जेणेकरून साक्षात नारायणाचे दर्शन घडावे.' आपल्या जातीमुळे त्यांची कृपा मिळण्यास आपण पात्र नाही, हे शबरी जाणून होती. तरीसुद्धा अशा गुरूंचा आशीर्वाद प्राप्त करण्याचा मोह सुटत नव्हता.

शबरी मातंग ऋषींच्या आश्रमाजवळ जाऊन तिथे गुपचूप वास्तव्य करू लागली. तिने ऋषींच्या दिनचर्येचे अवलोकन केले आणि त्यांच्या नकळत त्यांची सेवा करू लागली. सकाळी ऋषी उठायच्या आत ती आश्रमाच्या बाहेरचा रस्ता झाडून स्वच्छ करत असे, त्यांच्या गायींसाठी चारा गोळा करून आणून ठेवत असे,

यज्ञासाठी लागणारी लाकडे तोडून आणत असे, जंगलातून कंदमुळे - फळे आणून ठेवत असे.

सुरुवातीला ऋषींच्या हे लक्षात आले नाही. त्यांना वाटे, आश्रमातील एखादा शिष्य ही कामे करत असेल. त्यांच्या मनात विचार आला... 'इतकी नियमित व सुंदर सेवा याआधी कोणी केली नव्हती!' त्यांनी आश्रमात चौकशी केली, पण कोणीच ही कामे केली नव्हती.

एके दिवशी त्यांनी रात्री जागून ही निष्काम सेवा कोण करत आहे, हे पाहण्याचा निश्चय केला. त्यांनी पाहिले, की एक युवती सूर्योदयापूर्वीच ही सेवा करत होती. ते तिच्याजवळ गेले व म्हणाले, ''मुली, तू कोण आहेस? माझ्यासाठी इतकी सेवा का करत आहेस? तेसुद्धा कोणत्याही आज्ञेशिवाय व कोणतंही श्रेय न घेता.''

शबरीची नजर खाली वळली. तिने वाकून नमस्कार केला व म्हणाली, ''मी कोणी नसून फक्त एक सेविका आहे. काही वर्षांपूर्वी या अरण्यात आले. ऋषि-मुनींच्या चरणांजवळ राहून ज्ञान व भक्ती शिकण्याची माझी इच्छा होती. पण इथे आल्यावर समजले, की जन्मजातीमुळे मी यासाठी अपात्र आहे. म्हणून मी सेवेचा मार्ग अवलंबला. साधू-संतांची सेवा केल्यामुळे ईश्वर प्रसन्न होतो, असे मी ऐकले आहे. मी सरळ मार्गाने ईश्वराला प्रसन्न करण्यास लायक असे ज्ञान प्राप्त करू शकत नसेल तर या मार्गाने का होईना; मी ते करत आहे. माझी ओळख न सांगता जिथे शक्य आहे तिथे मी सेवा करते. माझ्यामुळे तुम्हांला काही त्रास झाला असेल तर मी तुमची क्षमा मागते!''

शबरीचे नम्रपणाचे बोलणे ऐकून मातंग ऋषी म्हणाले, ''त्रास नाही; उलट, मला खूप आनंद झाला आहे! मुली, या वनात सेवाभाव असणारी साधिकाही आहे, जिला सेवेचा अभिमानही नाही व कोणत्या फळाचीही इच्छा नाही. आता तुला लपून सेवा करण्याची आवश्यकता नाही. तुला वाटले तर तू माझ्या आश्रमात आरामात राहून ईश्वरसाधना करू शकतेस. मी तुला उचित साधनेचा मार्ग सांगेन.''

यावर शबरी म्हणाली, ''नाही, ऋषिवर! मी या वनात आले त्या वेळी काही साधू-संन्याशांनी मला सांगितले, की माझी जात निम्न असल्यामुळे मला ज्ञान व भक्तीचा अधिकार नाही. माझी सावली अपवित्र आहे. मी तुमच्या आश्रमात राहण्यास अपात्र आहे.''

हे ऐकून मातंग ऋषी म्हणाले, "तुझी जात कोणती हे मला माहीत नाही; पण स्वभाव व कर्मने तू ब्राह्मण आहेस. ज्याचे चित्त शुद्ध आहे, कर्म निःस्वार्थ आहे, ज्याला श्रेष्ठतेचा अभिमान नसतो, ज्याचे मन ईश्वरामध्ये रममाण झाले आहे, तो ब्राह्मण असतो. तुझ्यात हे सारे गुण आहेत, म्हणून तू हीन नाहीस."

शबरी विनम्रतेने उत्तरली, "मला माझी चिंता नाही, गुरुवर! पण मी आश्रमात राहिले तर बाकी साधू-संन्याशांना आपत्ती वाटेल. तुम्ही एका निम्न जातीच्या मुलीला आश्रय दिला म्हणून ते तुमची प्रतिमा डागाळतील."

मातंग ऋषी शबरीच्या डोक्यावर हात ठेवून म्हणाले, "मुली, तू याची चिंता करू नकोस. सत्य कोणापुढे झुकत नाही, कोणाला घाबरत नाही व कोणाचा प्रभाव त्याच्यावर पडत नाही. सत्य सूर्याप्रमाणे निरंतर प्रकाशमान असते. तू एक योग्य शिष्य आहेस. तुझी सेवा व भक्ती एक दिवस ईश्वराची भेट घडवून देईल, हे निश्चित आहे. मी त्यासाठी निमित्त होईन, हे माझे सौभाग्य आहे!"

त्या दिवशी शबरीला मातंग ऋषींच्या रूपात सद्गुरू भेटले. त्यांनी शबरीला ज्ञानाचे धडे दिले व तिच्या भक्तीला उच्चस्थान दिले.

मातंग ऋषींच्या या निर्णयावर इतर ऋषिमुनींनी टीका केली. परंतु मातंग ऋषी खरे साधक होते. त्यांच्या मनात कोणत्याही प्रकारची भेददृष्टी नव्हती, म्हणून त्यांची शबरीवर सतत कृपा होती.

ईश्वराची सर्वांत मोठी कृपा – गुरुकृपा

संत कबीरदासांचा एक प्रसिद्ध दोहा आहे –

तीरथ गए से एक फल, संत मिले फल चार ।
सत्गुरू मिले अनेक फल, कहे कबीर विचार ॥

सद्गुरूंचा महिमा असाच असतो. आजमितीला जगात ज्ञानाची कमतरता नाही. इंटरनेट, सोशल मीडिया यांच्या माध्यमातून ज्ञानाचा समुद्र वाहत आहे. पण, प्रत्येकात शबरीसारखी ग्रहणशीलता नसल्याने ते ज्ञान अंतरंगात उतरत नाही. तसे पाहिले तर सध्याच्या युगात प्रत्येक जण ज्ञानी आहे. म्हणून त्यांना गुरूंची आवश्यकता वाटत नाही. परंतु इतक्या मोठ्या ज्ञानाच्या सागरात असे कोणते

मूठभर ज्ञान आहे, जे अंगीकारले तर माणसाचे भले होते, हे गुरूशिवाय कोण सांगणार? हे फक्त सद्गुरूच सांगू शकतात.

शिष्याच्या स्वभावानुसार व पात्रतेनुसार त्याच्याकडून साधना करवून घेतात, तेच सद्गुरू असतात. सर्वांचे स्वभाव वेगवेगळे असतात. कुणी ध्यान करून भक्ती करतो, तर कुणी नामस्मरण करून! एखादा कर्मालाच भक्ती मानतो, तर कुणी सेवामार्ग अवलंबतो. ईश्वरप्राप्ती म्हणजे, स्वानुभव प्राप्त करणे हाच अंतिम टप्पा असतो. फक्त मार्ग निरनिराळे असतात. सद्गुरू शिष्याला योग्य मार्गावर घेऊन जातात आणि त्याची जीवनयात्रा सफल करतात.

ईश्वर प्राप्त करून घेण्यासाठी मन सरळ, निर्मळ, पवित्र व स्थिर असणे ही प्राथमिक गरज आहे. शांत, स्थिर व सात्त्विक मन ईश्वराची भक्ती करू शकते. चंचल व अहंकारी मनाला सत्संगात असूनही वाटते, की माझे कौतुक व्हावे, एखाद्या गोष्टीचे श्रेय मिळावे, मन मोठे व्हावे असे काही घडावे. उदाहरणार्थ,

समजा, गुरूने एखाद्या शिष्याची सेवेबद्दल स्तुती केली तर शिष्याला गुरूने कौतुक केल्याचा अभिमान वाटतो. मायेत सर्वांत प्रथम गुरू या तुलना करणाऱ्या, मायेत गटांगळ्या खाणाऱ्या अहंकारी मनाला समर्पित करण्याचे काम करतात. त्याला ज्ञान देऊन, भक्तीचे धडे देऊन नियंत्रित करतात. त्यानंतर मनात सद्गुणांचे बीज रोवतात, त्यामुळे मनात करुणा, प्रेम, सौहार्द, आनंद, शांती व निःस्वार्थ भाव जागृत होतात. मग तो फक्त स्वतःचेच हित पाहत नाही; तर सर्वांच्या कल्याणासाठी, मंगल होण्यासाठी प्रार्थना करू लागतो. मनातून दुर्भावना, राग, द्वेष यांसारखे विकार नष्ट होतात. शुद्ध व निर्मळ मनातच खऱ्या भक्तीचा दीप प्रज्वलित होतो; नाहीतर भक्तीसुद्धा फक्त कर्मकांड व अहंकाराची सेवा बनते.

शबरीमध्ये जन्मजात सद्गुण होते आणि सेवाकार्य करून तिने स्वतःच्या मनाला जिंकले होते. ती असा दीप बनली होती, की ज्यात फक्त ज्ञानाची ज्योत प्रज्वलित करणे बाकी होते. हे काम मातंग ऋषींनी केले. त्यांच्या आश्रमात आल्यामुळे शबरीच्या भक्तीने सर्वोच्च शिखर गाठले. तिच्या मनान सतत ईश्वराची धून वाजत असे. ती गुरूकडून ज्ञान घेई, गुरुआज्ञेचे पालन करी व शक्य होईल तितकी सेवा करत राही. अशा प्रकारे ती प्रेम, आनंद व भक्तीत जीवन व्यतीत करू लागली.

•••

८

शबरीची गुरुभक्ती

गुरुवचनांवर अतूट विश्वास व पूर्ण समर्पण

प्रापंचिक नाते बेहोषी, अज्ञान व वासनेत तयार होते आणि ते माणसाला आजीवन बंधनात जखडून ठेवते. परंतु सजगता, ज्ञान व भक्तीत तयार होणारे गुरुशिष्याचे नाते, शिष्याच्या जीवनात मुक्तीचे द्वार उघडते.

सर्व शिष्यांवर गुरूची कृपा एकसारखी असते. पण ज्याचा गुरुवचनांवर पूर्ण विश्वास असतो, त्याच्याद्वारे भक्ती जास्त खुलते - बहरते. ज्याची गुरूवर निःसंशय भक्ती असते तो उद्दिष्ट प्राप्त करतो. पूर्ण विश्वासामुळे पूर्ण समर्पण जागृत होते व ते ईश्वरासमीप घेऊन जाते. शबरीबाबत असेच घडले.

शबरीची मातंग ऋषींवर पूर्ण श्रद्धा होती. ते जे सांगत ते ईश्वराचेच वचन समजून ती धारण करत होती. सेवा, भक्ती व सत्संग यात शबरीचे जीवन आनंदात व्यतीत होऊ लागले होते. मातंग ऋषींनी शबरीला सांगितले होते, की 'भगवान विष्णू श्रीरामाच्या रूपात जन्म घेणार आहेत. तू त्यांनाच आराध्य दैवत मान! तुला त्यांचे साक्षात दर्शन घडेल.' तेव्हापासून शबरी 'रामनाम' एखाद्या मंत्राप्रमाणे घेऊ लागली.

काळ वेगाने पुढे सरकत होता. मातंग ऋषींचे वय झाले होते. नियमानुसार देहत्याग होणे क्रमप्राप्त होते. आता फार थोडा वेळ त्यांच्याकडे उरला होता. शबरी

त्यांची यथायोग्य सेवा करत होती. एके दिवशी दुःखातिरेकाने ती त्यांना म्हणाली, ''गुरुदेव, या वनात तुमच्याशिवाय माझे कोणी नाही. तुम्हीच सोडून गेलात तर मी काय करू? कोणाची वाट पाहू? कोणाची सेवा करू?''

मातंग ऋषी हळुवार हसले व म्हणाले, ''चिंता करू नकोस, मुली! मी गेलो तरी रामनामाची साथ तुला अखंड लाभेल. तोच तुझा पालनकर्ता आहे. तुझ्या भक्तीची शक्ती इतकी मोठी आहे, की स्वतः राम तुझ्या घरी येतील. तोपर्यंत तू त्यांची वाट पाहा... त्यांच्या सेवेची तयारी कर.'' हे ऐकून शबरीला पुन्हा आपल्या हीनत्वाची जाणीव होऊ लागली. ती विचार करू लागली... 'कुठे मी एक शूद्र स्त्री जिला अपवित्र समजले जाते आणि कुठे ते संपूर्ण जगाचे स्वामीनारायण! वनातील इतक्या साधू-संन्याशांना सोडून ते माझ्या घरी कशाला येतील?'

शबरीची मनःस्थिती मातंग ऋषींनी जाणली. ते हसून म्हणाले, ''कदाचित ईश्वराला संपूर्ण जगाला दाखवून द्यायचे असेल, की भक्ताची जात त्यांच्या कृपेची पात्रता ठरवत नाही तर भक्ती ठरवते. या वनात सर्वश्रेष्ठ निष्काम, निरपेक्ष भक्त तूच आहेस. जे महाफळ एखाद्या विरळ्या भक्ताला किंवा योग्याला प्राप्त होते, ते तुला सहजपणे प्राप्त होणार आहे. या वनात अनेक साधकांनी तुझा अपमान केला, तुझा स्पर्श झालेले अन्नपाणी खाण्यास नकार दिला. पण तू पाहा, की प्रभू त्यांच्याऐवजी तुझ्या घरी स्वतःहून येतील आणि तुझे आतिथ्य स्वीकारतील. तू त्यांच्या स्वागताची तयारी करून ठेव!''

कालांतराने मातंग ऋषींनी देहत्याग केला. शबरीला एक वेळ स्वतःच्या भक्तीवर विश्वास असो वा नसो; पण गुरुवचनांवर पूर्ण विश्वास होता. गुरूंनी सांगितले आहे, तर प्रभू श्रीराम आपल्या घरी नक्की येणार, याची तिला खात्री वाटत होती! ती दररोज श्रीरामांच्या स्वागताची तयारी करून ठेवत होती. झोपडी सजवून ठेवत असे... रस्त्यातील दगड, काटे बाजूला करत असे... खाण्यासाठी सर्वांत श्रेष्ठ, सर्वोत्तम असे पदार्थ तयार ठेवत असे. तिला वाटे, न जाणो; कधीही श्रीराम येतील! त्यासाठी त्यांच्या स्वागताची तयारी करून ठेवली पाहिजे.

गुरुप्रति समर्पण म्हणजे काय?

गुरुभक्ती म्हणजे, गुरूची पूजाअर्चा करणे नाही. गुरुभक्तीचा खरा अर्थ असा —

गुरुवचनांवर पूर्ण विश्वास ठेवणे व त्यांच्या आज्ञेचे पालन करणे. कित्येकदा गुरूची आज्ञा तार्किक वाटत नाही. तार्किक बुद्धी शंका उपस्थित करते. इथेच गुरूवर विश्वास असण्याची कसोटी लागते. तार्किक बुद्धी सोडून गुरूच्या आज्ञेचे पालन होत असेल तर तुमची गुरूवर भक्ती आहे.

हे एका उदाहरणातून समजून घेऊ.

दोन शिष्य गुरूकडे पुढची साधना मागण्यासाठी गेले.

गुरू म्हणाले, ''पुढची साधना मी तुम्हांला जंगलाच्या नदीपलीकडे देईन.'' दोन्ही शिष्य गुरुसमवेत निघाले. नदीजवळ येताच गुरूने नदी पोहून पार करण्यास सांगितले. दोन्ही शिष्य म्हणाले, ''गुरुजी, आम्हांला पोहता येत नाही.''

त्यावर गुरू उत्तरले. ''काही हरकत नाही. नदीत उडी मारा. आपोआप पोहता येईल.'' नदीचे पाणी खूप वेगाने वाहत होते. दोघांना खूप भीती वाटत होती.

एक शिष्य म्हणाला, ''गुरुजी, पाण्याच्या प्रवाहाला वेग आहे. मला वाहून जाण्याची भीती वाटते.''

त्यावर गुरू प्रेमाने त्याला म्हणाले, ''विश्वास ठेव, असे होणार नाही. तू पोहायलाही शिकशील व नदीपलीकडेही जाऊ शकशील.'' परंतु त्याने त्यांचे ऐकले नाही.

दुसऱ्या शिष्याने गुरूंचे बोलणे प्रमाण मानले व गुरुआज्ञा समजून तो विचार करू लागला... 'मला खात्री नाही; पण गुरू म्हणत असतील मी निश्चितच पलीकडे पोहोचेन. गुरूच्या आज्ञेचे पालन करायलाच हवे.' त्याने नदीत उडी मारली.

आश्चर्य म्हणजे, तो व्यवस्थित पोहून पैलतीरावर पोहोचला. त्यावर गुरू पहिल्या शिष्याला म्हणाले, ''या नदीच्या पाण्याचे वैशिष्ट्य हे, की ते माणसाला बुडू देत नाही. उलट, पैलतीरावर पोहोचवते. म्हणून मी तुम्हांला दोघांना पाण्यात उडी मारण्यास सांगितले. पण तू माझे ऐकले नाही. मग पुढची साधना कशी पूर्ण करणार? आता परत आश्रमात जा व साधनेसाठी पात्रता वाढव. सर्वांत प्रथम गुरूवर विश्वास व पूर्ण समर्पण करणे शीक.''

गुरूने दिलेले ज्ञान अतार्किक वाटू शकते. समजा, गुरू म्हणाले, 'एखाद्याला शिव्या देऊन त्याचे नुकसान होत नाही, तर आपले नुकसान होते.' हे अतार्किक वाटते. परंतु आपलेच विचार, भावना दूषित होतात आणि आपले शारीरिक - मानसिक स्वास्थ बिघडवून टाकतात, हे खरे आहे.

गुरू म्हणतात – 'जे तुम्ही इतरांना द्याल ते दसपटीत वाढून तुमच्याकडे परत येते. इतरांना सुख दिले तर सुख मिळेल, दुःख दिले तर दुःख मिळेल.' परंतु लोकांना इतरांना दुखवण्यात सुखाची अनुभुती येते. असे अस्थायी, नकली सुख पुढे जाऊन काय दुःख देणार आहे, याची त्यांना कल्पना नसते.

गुरू सांगतात – 'एखाद्याला मदत करण्याने, कोणाला धन दिल्याने ते कमी होत नाही, उलट वाढते.' अशा अनेक गोष्टी सामान्य माणसाला व्यावहारीक वाटत नाहीत. कारण अदृश्यात जे घडत असते ते पाहण्याची दृष्टी त्याच्याकडे नसते. गुरूवर विश्वास ठेवून जे लोक अतार्किक गोष्टी आचरणात आणतात, त्यांना सकारात्मक परिणाम दिसू लागतात.

शबरीची गुरुभक्ती इतर शिष्यांप्रमाणेच होती. स्वतःच्या भक्तीवर तिला विश्वास वाटत नव्हता; पण गुरुवचनांवर अतूट विश्वास होता. प्रभू श्रीराम कधी येणार, हेसुद्धा तिने गुरूला विचारले नाही. कारण, हे न सांगण्यामागे निश्चितच काही कारण असणार, यावर तिचा पक्का विश्वास होता.

गुरूची आज्ञा शिरोधार्य मानून ती श्रीरामांच्या स्वागताची तयारी करू लागली. न थकता, निराश न होता, मनात कोणताही संशय न आणता ती काम करत राही. गुरुआज्ञेलाच ती भक्ती समजत होती व भक्तीलाच सेवा मानू लागली होती.

•••

शबरीच्या प्रतीक्षेचे फळ

आनंद हेच भक्तीचे श्रेष्ठ फळ

ईश्वराच्या ज्या रूपावर श्रद्धा व भक्ती जागते, त्या रूपाचे नामस्मरण करून स्वतःला ओळखून मुक्ती प्राप्त होऊ शकते.

या क्षणी शबरीची अवस्था परिपक्व भक्ताची होती. जी श्रीरामाच्या दर्शनासाठी आवश्यक होती. एका भक्ताची पात्रता कशी असावी, त्याच्या अंगी कोणते गुण असावेत, ज्यामुळे रामरूपी सत्य प्राप्त होते, हे शबरीच्या चरित्रावरून लक्षात येते. गुरूवर पूर्ण विश्वास, गुर्वाज्ञेचे पालन, स्वीकारभाव, निःस्वार्थ सेवाभाव, परिणामांची चिंता न करता निरंतरतेने व उत्साहाने केलेली भक्ती, एकनिष्ठपणा हे सर्व गुण शबरीमध्ये एकवटले होते. हे सर्व गुण इतर भक्तांमध्ये आले तर त्यांनाही ईश्वरदर्शन होऊ शकते.

शबरी श्रीराम येण्याची वाट पाहत तयार राहत होती. तिच्या दिवसाची सुरुवात रामनामाने होत होती. न जाणो; कोणत्या क्षणी प्रभू श्रीराम झोपडीत येतील, असा विचार करून ती त्यांच्या स्वागताची तयारी करून ठेवत होती.

असाच काळ पुढे सरकत होता, शबरीचे वय वाढले होते. ती आता वृद्ध झाली होती. परंतु श्रीरामांची वाट पाहण्यात तिची सेवा, उत्साह व भक्तीत तसूभर कमतरता नव्हती.

वनातील इतर ऋषिमुनी तिची तयारी पाहून तिची कुचेष्टा करत होते. ते म्हणत, 'वनात एकापेक्षा एक ज्ञानी, ध्यानी व तपस्वी आहेत; आणि या अधर्मी, पतित, शूद्र स्त्रीला वाटते, की श्रीराम तिच्या झोपडीत येतील. मातंग ऋषींनी हिची बुद्धी कशी भ्रष्ट केली आहे! यावर काय बोलायचे!'' पण शबरीला कशाचीच पर्वा नव्हती.

भक्तीत उत्साह व निरंतरता कशी असावी?

एकदा एका गुरूकडे त्यांचे दोन शिष्य आले. बऱ्याच दिवसांपासून ध्यानसाधना करत होते; पण त्याचा काही परिणाम दिसत नव्हता. दोघे जण गुरूजवळ जाऊन विनम्रपणे हात जोडून म्हणाले, ''गुरुदेव! आम्ही इतक्या वर्षांपासून ध्यान, तपस्या करत आहोत; पण अनुभव काही प्राप्त होत नाही. कृपाकरून आम्हांला स्वानुभव कधी होणार हे सांगा!''

यावर गुरुजी एका झाडाकडे निर्देश करत म्हणाले, ''या झाडावर किती पाने आहेत हे पाहिलेत ना! या पानांच्या संख्येइतकी वर्षे सरल्यानंतर तुम्हांला स्वानुभव प्राप्त होईल. या जन्मी नाही, तरी पुढच्या जन्मी नक्कीच मिळेल. माझ्यावर विश्वास ठेवा!''

हे ऐकून एक शिष्य निराश होऊन म्हणाला, ''इतकी कठीण साधना करूनही स्वानुभव प्राप्त होण्यासाठी इतकी वर्षे लागणार असतील तर काय उपयोग?... नंतरही मिळेल की नाही याचा काय भरवसा?'' एवढे बोलून तो तिथून निघून गेला.

दुसरा शिष्य मात्र आनंदाने नाचू लागला व म्हणाला, ''वा! म्हणजे स्वानुभव मिळणार, हे निश्चित!'' त्याने पूर्ण उत्साहात व आनंदात साधना सुरू ठेवली. काही दिवसांतच त्याला स्वानुभव प्राप्त झाला.

बरेच लोक महत्त्वाकांक्षा मनात धरून ध्यान-भक्तिमार्ग अवलंबतात. त्यांना वाटते, आपल्याला असा अनुभव प्राप्त होईल... अद्भुत सिद्धी प्राप्त होतील... अमुक कामे मार्गी लागतील... जीवनातील दुःखं संपून जातील... शारीरिक आजार बरे होतील.... अशा भक्तीला सकाम भक्ती म्हणतात. भक्तीमुळे आपली मानसिक व भावनिक अवस्था बदलते, तरंग शुद्ध व सकारात्मक होतात.

त्यामुळे चांगल्या गोष्टी जीवनात आकर्षित होतात. त्यामुळे सर्व चांगले होते. परंतु इच्छापूर्तीसाठी भक्ती करणे ही भक्तीची श्रेष्ठ अवस्था किंवा उद्देश नाही. भक्तीमुळे त्वरित ईश्वरदर्शन होईल किंवा स्वानुभव मिळेल ही व्यक्तिगत इच्छाच आहे. भले ही शुभ इच्छा आहे, तरीसुद्धा इच्छाच असते.

भक्त ध्यान, सेवा करतो व फलप्राप्ती पूर्णपणे ईश्वरावर सोडून देतो तेव्हा भक्ती श्रेष्ठ अवस्थेत असते. ईश्वराला दर्शन देण्याची इच्छा असेल तर तो देईल, नाहीतर नाही; स्वानुभव प्राप्त होणार असेल तर होईल, नाहीतर नाही; ही ईश्वराची इच्छा, असे भक्ताला वाटते.

'ईश्वराला जे वाटेल चांगले त्यातच माझे भले!', 'त्याची इच्छा हीच माझी इच्छा!' असा विचार करून समर्पण भावनेने ध्यान व भक्ती केली तर ती निराशेचे कारण न बनता आनंदाचे कारण ठरते. अशा भक्तीने मिळणारा आनंद हेच भक्तीचे श्रेष्ठ फळ असते. नंतर ईश्वराच्या इच्छेप्रमाणे तो अनुभव देतोच! भक्ताने कोणतीही इच्छा मनात बाळगू नये. कारण, इच्छा जोडली जाताच सुख-दुःख, आशा-निराशा यांसारखे विकार उद्भवतात.

ध्यान करताना असा भाव असावा, की 'बघू आज ईश्वर कसे ध्यान करवून घेतो, काय शोध करवून घेतो.' ध्यानाचे फळ ध्यान आहे व भक्तीचे फळ भक्तीच आहे. जे भक्तिमार्गावर चालण्याचा आनंद घेणे शिकतात त्यांना अंतिम टप्पा गाठण्याची चिंता उरत नाही.

शबरीची भक्ती अशी श्रेष्ठ होती. गुरूने सांगितले आहे म्हणजे राम येणार, म्हणजे ते येणारच! त्यांची इच्छा असेल तेव्हा ते येतील, मी पूर्ण तयारीत राहीन, अशा भावनेत शबरी अनेक वर्षे जीवन जगत होती.

•••

१०

शबरीच्या घरी श्रीरामांचे आगमन

दुःखद आठवणींवर उपचार

ज्यांच्या हृदयात भक्ती निर्माण होते, ते निर्भय होतात आणि आपली सारी भीती ईश्वरावर सोपवून संतुष्टी प्राप्त करतात.

अनेक वर्षांच्या तपस्येनंतर भक्त शबरीच्या जीवनात मंगल समयी ती घटना घडली व प्रभू श्रीराम लक्ष्मणासह तिच्या घरी आले. श्रीरामांचे तेजस्वी मुखमंडल पाहून शबरीने ओळखले, की हेच साक्षात नारायणस्वरूप श्रीराम आहेत, ज्यांच्याविषयी मातंग ऋषींनी तिला सांगितले होते.

हा क्षण पद्मपुराणात वर्णन केल्याप्रमाणे शबरीच्या पूर्वजन्मीच्या एका कहाणीशी तंतोतंत जुळतो.

ती त्या जन्मात देवराज इंद्राच्या दरबारात अप्सरा होती. एका समारंभात ती इतर अप्सरांबरोबर नृत्य करत होती. त्या ठिकाणी सर्व देवगण उपस्थित होते व नृत्याचा आनंद घेत होते. तेवढ्यात तिथे भगवान विष्णूंचे आगमन झाले. देवराज इंद्राने त्यांचे स्वागत केले व सत्कार करून त्यांना बसण्यासाठी आसन दिले. नाचता-नाचता अप्सरेची (शबरीची) दृष्टी भगवान विष्णूंवर पडली आणि ती मंत्रमुग्ध होऊन साश्रू नयनांनी एकटक त्यांच्याकडे बघत राहिली. बाकी इतर अप्सरा नृत्य

करत होत्या. ही मात्र भान हरपून एकटक विष्णूकडे पाहत आनंदात मग्न झाली. आपल्या परिस्थितीचे तिला भान राहिले नाही. तिच्या डोळ्यांतून आपोआप अश्रू वाहू लागले.

सर्व अप्सरा नृत्य करत आहेत आणि ही एकच अप्सरा नाचता-नाचता थांबली आहे हे देवराज इंद्राच्या लक्षात आले तेव्हा ते क्रोधित झाले आणि त्यांनी तिला शाप दिला, ''अशी कशी अप्सरा आहेस! तुला तुझ्या कर्तव्याचे भान नाही. नृत्य करायचे सोडून न जाणे कोणावर मुग्ध झाली आहेस! तुझी स्वर्गात राहायची पात्रता नाही. तू मनुष्य योनीत जाऊन एखाद्या निम्न जातीत जन्म घे व तिथेच राहा.''

हे ऐकून अप्सरा भानावर आली. इंद्राच्या चरणांवर लोळण घेत ती म्हणाली, ''हे देवराज! यात माझी काही चूक नाही. भगवान श्रीहरी विष्णूंचे निर्मळ सौंदर्यच असे आहे, की त्यांच्याकडे पाहिले तर भान हरपून जाते आणि त्यांच्यात सामावून जाते. ते अगदी माझ्यासमोर बसल्यामुळे जणू त्यांनी मला संमोहित केले, मनाने फक्त त्यांच्याकडे बघत राहावेसे वाटत होते. कृपाकरून मला क्षमा करा! पुन्हा अशी चूक होणार नाही.''

तिचे बोलणे ऐकून इंद्रालाही जाणवले, की खरंच श्रीहरी विष्णूंच्या संमोहनातून वाचणे सोपे नाही. ते एका नजरेतच सर्वांना आपलेसे करतात. देवराज इंद्रांना अप्सरेची दया आली. ते म्हणाले, 'देवी! माझे वचन खोटे ठरू शकणार नाही. पण मी इतके सांगू शकतो, की तुझ्या मनात आज श्रीहरी विष्णूंविषयी जी भक्ती जागृत झाली आहे ती निरंतर राहील. एका जन्मात तू पृथ्वीवर जाशील, हे नक्की! पण तिथे श्रीहरींचे दर्शन झाल्यावर या शापातून मुक्त होशील.''

भगवान विष्णूंनीही तिला आशीर्वाद दिला व म्हणाले, 'त्रेतायुगात राक्षसांचा विनाश करण्यासाठी मी अवतार घेईन व तुझ्या आश्रमात येईन, तोपर्यंतचा काळ तू प्रेम व भक्तीत व्यतीत कर. तुझे निश्चित कल्याण होईल!''

तो क्षण व हा क्षण शबरीच्या जीवनातील अनमोल क्षण होता. साक्षात श्रीहरी विष्णूंना श्रीरामाच्या रूपात पाहून तिच्या आनंदाला पारावार उरला नाही. भान हरपून तिने श्रीरामांच्या चरणांवर लोटांगण घातले. तिचे डोळे वारंवार आनंदाश्रूंनी भरून येत होते. जणू काही पूर्वजन्मीच्या कथेनुसार राणी परमहिसी व अप्सरा यांच्या दुखःच्या आठवणी पुसल्या जात होत्या. तिचे जीवन सर्व शापांमधून मुक्त झाले होते.

शबरीच्या जीवनातील हा प्रसंग मनन करण्याजोगा आहे. पृथ्वीवर कितीतरी राजे-महाराजे होऊन गेले. त्यांच्या महालात हजारो राण्या, दासी गुलामीत जीवन जगून मरण पावल्या. विचार करा, त्यांच्या मनात किती दुखऱ्या आठवणी जमा झाल्या असतील!

अनारकलीला जिवंत असताना भिंतीत गाडले गेले. तिच्या सौंदर्याचा अंत भयानक झाला. अनेक राजे, त्यांची सेना जे विश्वयुद्धात मारले गेले त्यांच्या आप्तस्वकियांनी किती वाईट जीवन बघितले असेल! युद्धाच्या मैदानात ज्यांनी आपल्या कुटुंबियांना मरताना, तडफडताना पाहिले किंवा ज्यांनी मृत्यूसमयी खूप यातना भोगल्या, त्यांच्या मनात किती दुःखद आठवणी राहिल्या असतील. त्या बऱ्या करण्याची संधी नियती देते.

प्रत्येक शरीरात जुन्या दुःखद आठवणींचा निचरा करून नवीन गुण शिकण्याचे विकासकार्य सुरू असते.

सेल्फला प्रत्येक शरीराद्वारे स्वतःच्या गुणांची अभिव्यक्ती करायची असते. म्हणून काही शिकण्यासाठी माणसाच्या जीवनात काही परिस्थिती निर्माण होते. या परिस्थितीच्या माध्यमातून जुन्या शरीरात तयार झालेल्या दुःखद आठवणी बऱ्या करण्याचे काम कोणत्या ना कोणत्या शरीरात सुरू असते. अशा प्रकारे विकास व तेजविकासाच्या मार्गावर लोक पुढच्या स्तरावर जात आहेत. या प्रक्रियेमुळे कोट्यवधी आठवणींचा निचरा झाला आहे व पुढे होत राहील.

आता कहाणीमध्ये पुढे काय झाले ते पाहू.

शबरी बराच वेळ साश्रू नयनांनी राम-लक्ष्मणांकडे पाहत होती तेव्हा श्रीरामांनी तिची अवस्था जाणली ते म्हणाले, ''आई, आम्हांला झोपडीत बोलवणार आहेस ना! आम्हांला भूक लागली आहे.'' हे ऐकून शबरी भानावर आली. तिला खूप आनंद झाला होता. तिने श्रीराम व लक्ष्मण यांना त्यांचे चरण धुण्याची आज्ञा मागितली. पण श्रीरामांनी अनुमती दिली नाही. ते म्हणाले, ''तुझ्या अश्रूंनी आधीच हे काम केले आहे.'' शबरीने त्यांना बसण्यासाठी आसन दिले आणि जंगलातून आणलेली चांगली निवडक बोरे त्यांच्यासमोर ठेवली.

श्रीरामांनी बोर उचलताच शबरीने त्यांना अडवले. तिच्या मनात शंका आली, कोणास ठाऊक; बोरे गोड आहेत की नाहीत? ईश्वराला अर्पण करण्यायोग्य आहेत की नाहीत? ईश्वराला श्रेष्ठ व उच्चतम फळ अर्पण करायला हवे. असा विचार करून शबरी एकेक बोर चाखून पाही. गोड असेल तर श्रीरामांना देई, नाहीतर फेकून देई.

लक्ष्मण उष्टी बोरे खाण्यास टाळाटाळ करत होते. श्रीराम मात्र मोठ्या प्रेमाने उष्टी बोरे खात होते. लक्ष्मण विचार करू लागले... 'अशी कशी ही भक्त! आपल्या ईश्वराला उष्टं खाऊ घालते.' पण शबरीसारखा अनन्य भक्तीत रममाण झालेला माणूसच भक्त व भगवानाचे हे नाते समजू शकतो. त्याला भक्त व भगवान यांच्यात फरक दिसत नाही. कारण जो खायला घालत होता, वास्तवात तोच खात होता.

भेददृष्टी असणाऱ्यांना भक्त व भगवानाचे हे प्रिय नाते, हे वागणे कसे समजू शकेल!

•••

शबरीचे प्रेम व समर्पण

जे श्रेष्ठ आहे ते तुला अर्पण

'हे ईश्वरा! तुझे तुला अर्पण, माझे काय आहे, मीच तुझा आहे...' खऱ्या भक्ताची ही भावना त्याच्या जीवनात परमज्ञानाचे फळ प्राप्त करून देते.

मागील अध्यायात तुम्ही शबरीच्या जीवनातील प्रसिद्ध प्रसंग वाचला. तिने भक्तिभावनेने श्रीरामांना उष्टी बोरे खाऊ घातली आणि त्यांनी ती प्रेमाने खाल्ली. या प्रसंगात तीन पात्रे आहेत – शबरी, श्रीराम व लक्ष्मण. तिघेही आपल्या आचरणातून आध्यात्मिक साधकांना काही शिकवतात. प्रथम शबरी आपल्याला काय शिकवते ते पाहू.

शबरीची बोरे कशाचे प्रतीक आहेत?

तुम्ही अनेक भक्तांना मंदिरात जाऊन ईश्वराला फळे, फुले, पैसे, वस्त्र इत्यादी अर्पण करताना पाहिले असेल. त्यातील काही भक्त ईश्वराला स्वस्तातली, थोडी जास्त पिकलेली फळे– जी ते स्वतःही खाऊ शकणार नाहीत– अर्पण करतात. 'ईश्वर थोडीच ही फळे खाणार आहे!' अशी त्यांच्या मनात भावना असते.

ते दहा रुपयांची सर्वांत जुनी, इतर ठिकाणी न चालणारी नोट देवाला अर्पण

करतात. त्यांच्या दृष्टीने पैसेही वाहिले आणि खिशालाही परवडले. काही भक्त चांगल्या प्रकारचे धान्य, तेल वापरून नैवेद्य तयार करून तो ईश्वराला दाखवतात. नंतर तोच प्रसाद म्हणून ग्रहण करतात. परंतु हेच जर गरिबांना जेवण द्यायचे असेल तर स्वस्तातले धान्य, तेल वापरून जेवण तयार करतात. त्यांना भीतीपोटी, अंधविश्वास म्हणून, नवस फेडण्यासाठी किंवा जगाला दाखवण्यासाठी असे कर्मकांड करायचे असते; पण त्यांची भावना योग्य नसते. अशी भावना शुद्ध नसते, तर विकारी असते. त्यात स्वार्थ व लोभ असतो, त्यात संपूर्ण समर्पण नसते.

वास्तविक ईश्वराला भोग अर्पण करताना जशी भावना असते तसे फळ मिळते. कारण ईश्वर भावनांचा भुकेला असतो; तुम्ही काय अर्पण करता त्याचा नाही. ईश्वराला काही अर्पण करायचे असेल तर त्यामागे कोणती भावना असायला हवी, हे शबरीचे चरित्र आपल्याला शिकवते.

शबरीने श्रीरामांसाठी तिच्या भावनेनुसार चांगलीच बोरे आणली होती. तरीसुद्धा ईश्वराला अशी गोष्ट देता कामा नये, जी खराब आहे, ज्यात काही कमतरता आहे, असे तिला वाटत होते. अशी असते खऱ्या भक्ताची भावना! जे त्याच्याकडे असते त्यातले तो सर्वोत्तम अर्पण करतो. इथे बोरे ही प्रतीक आहेत. आपल्याकडे जे आहे ते आपण ईश्वराला अर्पण करू शकतो. उदाहरणार्थ, भक्ती, भावना, साधनसामग्री, गुण, एखादी कला, हे जग ईश्वराचेच विस्तारीत रूप आहे. इथे आपली इतरांबरोबर जी देवाणघेवाण होते, ती वास्तविक ईश्वराशीच होत असते, आपण जे कर्म करतो ते ईश्वरासाठीच करत असतो.

कोणतेही कर्म करताना आपण ते ईश्वराला अर्पण करत आहोत अशी समज असावी. मग, अशा कर्माची गुणवत्ता कशी असायला हवी? आपल्या दृष्टीने सर्वश्रेष्ठच असायली हवी! एखाद्याला देताना चांगलेच द्यायला हवे. आपण एखाद्या गुणाची अभिव्यक्ती करत असलो तर ती चांगलीच असायला हवी. आपली भावना, विचार, कर्म चांगलेच हवेत. कारण आपण ते ईश्वरासाठीच करत असतो. इथे ईश्वराशिवाय दुसरे आहेच कोण?

आपले प्रत्येक कर्म सेवा व्हावे. असे जीवन जगता आले तर आपली भक्ती शबरीच्या भक्तीच्या स्तराला स्पर्श करू शकेल.

स्वतःसाठी चांगले बनवायचे व इतरांसाठी खराब, अशी भेदबुद्धी असेल तर ती काय कामाची? असे केले तर नियती आपल्याला तशीच परतफेड करते. आपण व्यक्तिगत स्वार्थ किंवा महत्त्वाकांक्षा यांच्यापलीकडे जाऊन जीवन जगलो तर आपल्याला फळही तसेच मिळते. जीवन सहज, सुंदर होते. जीवनात प्रेम, आनंद व मौन वास करते.

आजपासून असेच काम करा. शबरीप्रमाणे आपल्या जीवनातून अवगुण, वाईट सवयी, विकार इत्यादी आंबट बोरांप्रमाणे फेकून द्या. शरीररूपी मंदिरात स्थानापन्न झालेल्या रामाला गोड बोरांप्रमाणे श्रेष्ठ भाव, विचार, वाणी, कर्म व गुण यांचा प्रसाद अर्पण करा.

प्रभू श्रीरामांनी बोरे खाणे

श्रीरामांनी शबरीला जो प्रतिसाद दिला तो आपल्या अज्ञानाने ऱ्हास झालेल्या सामाजिक मूल्यांची स्थापना करतो. आजकाल धर्माच्या नावाखाली जातपात, स्पृश्य-अस्पृश्य, उच्च-नीच याचे विष भिनले आहे. ईश्वराच्या नावाखाली, पाप-पुण्याच्या नावाखाली लोकांना भीती दाखवली जाते. एखाद्याला छोटा-मोठा, तर एखाद्याला हीन किंवा उच्च ठरवले जाते. श्रीरामांचे शबरीच्या झोपडीतले आगमन योग्य सामाजिक मूल्यांची स्थापना करण्यासारखे आहे. वनात ईश्वराची भक्ती करणारे संत, मुनी शबरीला तिच्या जातीवरून अपमानित करत होते, तिच्या हातांचा स्पर्श झालेले पाणी पिणे पाप समजत होते. श्रीरामांनी त्याच शबरीच्या हातून मोठ्या प्रेमाने उष्टी बोरे खाल्ली. आता प्रत्यक्ष ईश्वरीय स्वरूपच असे करत असेल तर त्याच्या भक्तांना असे वागावेच लागेल.

श्रीरामांनी जगाला संदेश दिला : 'जो माझा भक्त आहे त्याने अशा चुकीच्या परंपरा, सामाजिक कुरीती यांच्या फंदात पडू नये. अशा गोष्टींचा त्याग करून मी स्थापित केलेल्या आदर्शांचे व मर्यादांचे पालन करा. माणसाची पारख त्याच्या जातीवरून न करता त्याच्या गुणांवरून वा भक्तीवरून करा. ज्यांच्या हृदयात भक्ती, प्रेम व सेवाभाव आहे तिथे मी विराजमान आहे. अशा खऱ्या भक्ताचा कधीही अनादर करू नका.'

लक्ष्मणाचा या घटनेकडे पाहण्याचा दृष्टिकोन

आपल्या डोळ्यांसमोर जे घडते ते आपले डोळे पाहतात, असे म्हणतात. परंतु ही गोष्ट सत्य नाही. खरे म्हणजे, आपण आपल्या धारणांनुसार, चेतनेच्या अवस्थेनुसार व समजेनुसार पाहतो. एक भक्त मोठ्या भक्तिभावनेने ईश्वराला भोग चढवत आहे व ईश्वर प्रेमाने तो ग्रहण करत आहे, असे प्रेमाच्या अभिव्यक्तीचे सुंदर दृश्य यापेक्षा दुसरे कोणते असू शकते!

परंतु लक्ष्मणाला यातील सौंदर्य दिसत नव्हते. त्याचे मन खूप गोंधळून गेले होते. मनात असंख्य प्रश्न निर्माण झाले होते. शबरीने लक्ष्मणालाही बोरे दिली होती; पण स्वतःच्या धारणा व अज्ञान यांमुळे त्याने ती न खाता मागे फेकून दिली. या घटनेत लक्ष्मण अशा साधकाचे प्रतीक आहे, जो सत्याच्या मार्गावरून चालत असतो; पण त्याच्या जुन्या धारणांनी अजूनही त्याचा पिच्छा सोडलेला नसतो. रामरूपी सत्याबरोबर राहूनही लक्ष्मणाची दृष्टी पूर्वींसारखीच आहे. त्याला शबरीचा देह दिसत होता; परंतु देहाच्या आतले चैतन्य दिसत नव्हते.

श्रीरामांनी ती उष्टी बोरे खाल्ली नसती तर लक्ष्मण उष्टी बोरे दिल्याबद्दल शबरीला रागावला असता. पण श्रीरामांमुळे त्याने मर्यादेचे पालन केले. बाह्यतः तो शांत राहिला होता, तरी अंतरंगात खूप खळबळ माजली होती. लक्ष्मणाचे असे वागणे एका भक्ताला आत्मावलोकन करण्यास भाग पाडते. कित्येक गोष्टींचा आपण बाह्यतः स्वीकार करतो; पण ते आचरणात उतरत नाही. मन स्वीकारण्यास तयार नसते, मनात संशय निर्माण होतो, मन तर्क करू लागते. आपण आपल्या बुद्धीचे समर्पण करू शकत नाही. म्हणजे ज्ञान प्राप्त करतो, त्याचा देखावा करतो; पण ते आचरणात उतरत नाही. लक्ष्मणाची भेदबुद्धी अजूनही काम करत होती. तो श्रीरामांना श्रेष्ठ तर शबरीला पतित समजत होता. वास्तविक, शबरी भक्त होती व श्रीराम भगवान! श्रीरामांपासून दूर राहूनही तिने भक्तीने त्यांना आपलेसे केले होते. लक्ष्मण मात्र श्रीरामांबरोबर राहूनही सत्य जीवनात उतरवू शकला नाही.

असे अनेक सत्यसेवक व सत्यसाधक असतात, जे सत्त्वगुणी असतात व निरंतर सत्याची सेवा करत असतात. कोणत्याही सेवाकार्यात ते हिरिरीने भाग घेतात, ज्ञान त्यांच्याकडून चांगले कार्य करवून घेते; पण त्यांचे अंतर्मनातील विचार बदलवू शकत नाही. त्यांची भेददृष्टी कायम राहते. प्रशंसा, श्रेय घेण्याची

हाव, सभोवतालच्या सेवकांशी तुलना असे विकार त्यांच्यात राहतातच. अशा सेवकांनी स्वतःची आंतरिक अवस्था बदलण्याचे कार्य करायला हवे.

कोण खरं कोण खोटं ?

शबरीने बोरे उष्टी करून दिली, असे प्रसंगात सांगितले आहे. परंतु यामागची खरी समज सांगते, की बोरे तर आधीपासूनच उष्टी होती. हा अर्थ समजण्यासाठी आधी खरं आणि खोटं याची ओळख करून घ्यायला हवी. वास्तविक इथे खोटा उष्टं खात आहे व खरा पाहत आहे.

सांगण्याचे तात्पर्य, सत्य हे एकमेव राम म्हणजे परमचैतन्य, सेल्फ (स्रोत) आहे. ते शबरीच्या हृदयातही आहे आणि श्रीरामांच्या मानवी शरीराच्या हृदयातही आहे. तिथेच या लीलेचा रचयिता आहे. तोच पाहणारा आहे, खाणारा आहे व खाऊ घालणारा आहे. जे खाल्ले जात आहे तेसुद्धा तेच तर आहे! या संपूर्ण जगात त्या एका सत्याशिवाय दुसरे कोण आहे? इथे जे शरीर, झोपडी, बोरे दिसतात ती सर्व माया आहे, ईश्वराचे एक स्वप्न आहे. ते त्याच्यापासून तयार झाले आहे व त्याच्यातच विलीन होते. जे हे परमसत्य अनुभवाने जाणतात त्यांच्या मनात ईश्वराच्या कोणत्याही लीलेबाबत प्रश्न निर्माण होत नाहीत. प्रत्येक लीला ते साक्षी भावनेने पाहतात व त्याचा आनंद घेतात.

•••

१२

गुरूच्या परिश्रमाचा प्रभाव

आत्मनिर्भरतेची शिकवण

कार्य न करता चुकीचे तर्क सांगणे हे स्वतःला धोका देण्यासारखे आहे. त्यामुळे माणूस आयुष्यभर आळशी राहतो. सुस्ती घालवण्यासाठी कुतर्क न करता योग्य कर्म करणे आवश्यक आहे.

प्रभू राम व भक्त शबरी यांच्या भेटीचा अजून एक सुंदर प्रसंग इथे वर्णन केला आहे.

शबरीच्या झोपडीकडे जात असताना प्रभू रामांना एका गोष्टीचे खूप आश्चर्य वाटत होते... झोपडीच्या आजूबाजूला सगळीकडे फुले उमललेली होती. एकही फूल सुकलेले नव्हते. प्रत्येक फुलामधून मंद सुगंध येत होता. इतर ठिकाणी जंगलात असे दृश्य त्यांना दिसले नव्हते.

शबरीला भेटल्यानंतर, स्वागत-सत्कार झाल्यावर श्रीरामांनी जिज्ञासेने याचे कारण विचारले. ती म्हणाली, ''हे ईश्वरा! हा तर माझ्या गुरूच्या स्वेदकणांचा प्रताप आहे!''

शबरीने सविस्तरपणे सांगण्यास सुरुवात केली —

''हा मातंग ऋषींचा आश्रम होता. इथे खूप ऋषिमुनी व विद्यार्थी राहत होते. एकदा चातुर्मासात आश्रमातले इंधन संपले होते. पाऊस सुरू होण्यापूर्वी याची व्यवस्था करणे आवश्यक होते.

''आश्रमातील विद्यार्थी वाईट हवामान व आळशीपणामुळे लाकडे आणण्यास तयार नव्हते. तेव्हा वृद्ध मातंग ऋषी खांद्यावर कुऱ्हाड घेऊन लाकडे तोडण्यासाठी गेले. गुरूंना जाताना पाहून विद्यार्थ्यांना स्वतःचीच लाज वाटली आणि तेही त्यांच्यामागे निघाले. वाळलेली लाकडे तोडून, त्यांची मोळी बांधून सर्व जण आश्रमात परतू लागले.

''हे प्रभू! गुरुदेवांच्या शरीरातून श्रमामुळे घामाच्या धारा वाहू लागल्या होत्या. जिथे-जिथे त्यांच्या घामाचे थेंब पडले होते, तिथे-तिथे सुंदर फुले उमलली. हळूहळू त्यांनी संपूर्ण परिसर व्यापून टाकला. हा त्यांच्या श्रमाचा प्रभाव आहे. त्यामुळे फुले जशीच्या तशी उमललेली आहेत, ती सुकली नाहीत.''

शबरीचे बोलणे ऐकून श्रीराम म्हणाले, 'खरंच आहे! मेहनतीची फुले कधी मलूल होत नाहीत. ती नेहमी टवटवीत राहतात व आपले जीवन सुगंधित करतात.''

असे म्हणतात, की एखाद्याला काही शिकवायचे असेल तर बोलण्यापेक्षा कृतीने सांगितले तर तो चांगल्या प्रकारे शिकतो. गुरूसुद्धा स्वतःच्या आचरणाद्वारे शिष्यांना जास्त शिकवतात.

शिष्य लाकडे आणण्यास तयार नाहीत, कारणे सांगून टाळत आहेत, हे मातंग ऋषींच्या लक्षात आले, तेव्हा कोणालाही काही न बोलता ते स्वतःच लाकडे आणण्यास निघाले. त्यांचे असे वागणे पाहून शिष्य जागृत झाले. इतके वृद्ध असूनही गुरू आनंदाने काम करत असतील तर आपण का करू नये? गुरूद्वारे झालेली क्रिया शिष्यांसाठी मार्गदर्शक ठरली.

अशी असते खऱ्या गुरूची ओळख! जी गरजेनुसार शिष्यांना शिकवते – कधी वचनांद्वारे, कधी कर्मांद्वारे तर कधी मौनातून! त्यांनी उचललेले प्रत्येक पाऊल मागे येणाऱ्यांसाठी नवीन मार्ग तयार करते.

हा छोटा प्रसंग परिश्रमाखेरीज आपल्याला अजून एक शिकवण देतो; ती म्हणजे, आत्मनिर्भरता. माणसाने मेहनती व आत्मनिर्भर व्हायला हवे. शक्य होईल तितके स्वतःचे काम स्वतःच करायला हवे. त्यामुळे आपले शरीर चपळ व स्वस्थ

राहते; त्याचबरोबर कामात व्यग्र राहिले तर मनही शांत असते. मनाला निरर्थक विचारांमुळे इकडेतिकडे भटकण्याची संधी मिळत नाही. योग्य दिशेने केलेल्या परिश्रमांमुळे आपले भविष्य व वर्तमान सुखद बनतो, प्रामाणिकपणे व मेहनतीने केलेल्या कामांमुळे आपल्या जीवनात सुख-समृद्धी येते आणि आपले कुटुंब, सगेसोयरे, शेजारी यांनाही चांगले फळ प्राप्त करून देते.

आळशी व परावलंबी माणसाबरोबर राहायला कुणालाही आवडत नाही. असा माणूस स्वतःच्या कुटुंबासाठी व समाजासाठी ओझे ठरतो. म्हणून शक्य होईल तितके शरीर चपळ व तंदुरुस्त ठेवा, स्वतःचे काम स्वतःच करा, मेहनत करा. गरज नसेल तरीही काही ना काही सेवाकार्य करा. त्यामुळे मन व शरीर दोघांना व्यायाम होईल. असे सेवाकार्य केल्यामुळे फळाच्या रूपात मिळणारे सुगंधित फूल म्हणजे चांगले फळ तुम्हांला तर मिळेलच; त्याचबरोबर समाजालाही मिळेल.

एका गावात दोन विद्यार्थी राहत होते. ते रोज नदी पोहून शिकायला जात होते. पोहून जाण्यामुळे त्यांना खूप अडचणी येत होत्या. त्यांचे कपडे ओले व्हायचे. एकदा उन्हाळ्याच्या सुट्टीत त्यांच्या मनात एक विचार आला आणि त्यांनी एक नाव तयार केली. आता ते नावेत बसून नदीपलीकडे शाळेत जाऊ लागले. त्यांचे काम झाल्यावर ते नाव नदीकिनारी बांधून ठेवत. त्यामुळे इतर गावातील लोकही नदी पार करण्यासाठी नावेचा उपयोग करू लागले. हळूहळू गावातील इतर मुलांनीही त्यांच्याकडून नाव तयार करण्याचे शिक्षण घेतऊन नाव तयार केली. अशा प्रकारे संपूर्ण गावाची नदी पार करण्याची समस्या सुटली आणि त्रासही संपला.

गोष्टीत उल्लेखलेली सुगंधित फुले, मुलांनी तयार केलेली नाव अशा प्रकारे केलेली कार्यप्रतीके आहेत. ती आपला उद्धार तर करतेच; परंतु समाजाचाही यामुळे उद्धार होतो.

•••

शबरीला प्राप्त झाले उच्चतम ज्ञानाचे फळ

अभिमानाचा अभाव

शुद्ध, निष्काम, निरागस भक्तीची शिडी चढत माणूस एके दिवशी सत्याच्या खजिन्यापर्यंत (मोक्ष) पोहोचतोच!

काही भक्त खूप जप, तप, व्रत, उपवास, तीर्थयात्रा, धार्मिक अनुष्ठान, कर्मकांड करतात. काही जण मोठमोठे धार्मिक ग्रंथशास्त्र ऐकून-वाचून स्वतःच्या ज्ञानाचे प्रदर्शन करतात आणि लोक त्यांचा आदर करतात. दुसरीकडे, काही भक्त असे असतात, की जे कोणत्याही कर्मकांडाशिवाय, नियम न करता फक्त मनातल्या मनात भक्तीत रंगून आपली दैनंदिन कामे करतात.

अशा भक्तांना इतर भक्तांची क्रिया, कर्मकांडे बघून संशय येतो. त्यांची भक्ती किती प्रगाढ आहे, त्यांना किती श्लोक - मंत्र पाठ आहेत, आपण यांची बरोबरी करू शकत नाही, असे त्यांना वाटते. असे असताना ईश्वर आपल्यावर कशी कृपा करेल! त्या भक्तांवरच ईश्वराची जास्त कृपा असेल! भक्तांच्या या समस्येचे

निरसन श्रीरामांनी या प्रसंगात केले आहे. कारण शबरीच्या मनातही असाच संशय निर्माण झाला होता. असा हा सुंदर प्रसंग पाहू.

भक्तीचा महिमा

शबरीने मोठ्या प्रेमाने श्रीरामांना बोरे खाऊ घातली. नंतर ती त्यांच्या समोर हात जोडून उभी राहिली. तिच्या मनात वारंवार एक गोष्ट येत होती, ती तिने प्रभू रामांसमोर मांडली.

ती म्हणाली, ''हे प्रभू! मी इथे एकापेक्षा एक सरस अशा ऋषिमुनींची विद्वता व तपस्या पाहत आली आहे. त्यांच्यासमोर तर माझी काहीच पात्रता नाही. मला कोणत्याही शास्त्राचे ज्ञान नाही, ना मला कोणते मंत्र - श्लोक पाठ आहेत, जे ऐकून तुम्ही प्रसन्न होता. मी तर फक्त तुमचे नाव घेऊन सेवा करणे जाणते. मी ते काम योग्य त-्हेने करते की नाही, हेही मला ठाऊक नाही.

''माझे गुरू मातंग ऋषी दयाळू व कृपाळू होते. ते माझ्यावर निष्कारण प्रसन्न राहत होते, त्यांच्या कृपेने व आशीर्वादामुळे मला आज तुमचे दर्शन घडले. माझी तर काहीच पात्रता नाही. असे असताना मी कशा प्रकारे तुमची स्तुती करू? मी निम्न जातीची असून माझी मती मूढ आहे. मी स्वतःला अधमाहून अधम समजते. माझ्यात तुमच्या कृपेसाठी पात्र होण्यास आवश्यक असे कोणतेही गुण दिसत नाहीत. आता तुम्हीच मला मार्ग दाखवा. माझा उद्धार कसा होईल, तुमची कृपा प्राप्त करून मोक्षप्राप्ती कशी होईल, याचे मार्गदर्शन करा!''

हे ऐकून श्रीरामांनी शबरीला जे उत्तर दिले ते तुलसीदासांनी खूप सुंदर प्रकारे आपल्या एका चौपाईत लिहिले आहे. ते असे –

कह रघुपति सुनु भामिनि लाता । मानउँ एक भगति कर नाता।
जाति पाँति कुल धर्म बड़ाई। धन बल परिजन गुन चतुराई।
भगति हीन न सोहइ कैसा । बिनु जल बारिद देखिअ जैसा ॥

श्री रघुनाथ शबरीला सांगतात, ''हे भामिनी (बहीण), ऐक! माझा फक्त भक्तीशी संबंध आहे. माझ्या दृष्टीने इतर कोणत्याही गुणांचा मान नाही. जातपात, कूळ, धर्म, मोठेपणा, धन, ताकद, कुटुंब, गुण व चातुर्य असले तरी भक्तिविना मनुष्य

म्हणजे पाण्याविना ढग! म्हणजे दिसायला ढगही काही कामाचा नाही. अशा प्रकारे भक्तिविना मनुष्य कितीही गुणवान असला तरी तो गुणविहीनच असतो. विशुद्ध, निर्मळ भक्ती हा सर्वांत मोठा गुण आहे, जो तुझ्यात ओतप्रोत भरलेला आहे.''

हे ऐकून शबरीच्या डोळ्यांमधून आनंदाश्रू वाहू लागले आणि तिने श्रीरामांच्या पायावर लोटांगण घातले.

जो स्वतःला अज्ञानी समजतो तोच खरा ज्ञानी

या प्रसंगात शबरीचा एक महत्त्वपूर्ण गुण दृष्टीस पडतो. तो म्हणजे, अभिमान नसणे. अहंकारशून्यता प्राप्त करणे हाच वास्तविक भक्तीचा उद्देश आहे. असे म्हटले जाते की, आध्यात्मिक यात्रेत जो जितका ज्ञानी होत जातो तितके त्याला स्वतःचे अज्ञान दिसू लागते. कारण ईश्वराची लीला इतकी विस्तृत व असीम आहे, की ती समजणे माणसाच्या आवाक्याबाहेरची गोष्ट आहे. भक्त ईश्वरीय कृपेसाठी पात्र होतो तेव्हाच तो ईश्वर व त्याची लीला अनुभवाने जाणू लागतो. वनात असलेले, स्वतःला ज्ञानी व ध्यानी मानणाऱ्या ऋषिमुनींचा शास्त्रार्थ शबरीबरोबर केला असता तर ते निश्चितपणे विजयी झाले असते. पण तो शास्त्रार्थ कोऱ्या ज्ञानावर आधारित झाला असता. श्रीरामांच्या रूपाने शबरीनेच उच्चतम ज्ञानाचे फळ प्राप्त केले.

स्वतःला ज्ञानी समजणारा माणूस भरलेल्या माठाप्रमाणे असतो. इच्छा असली तरी त्यात नवीन पाणी घालता येत नाही. नवीन पाणी घालण्यासाठी आधीचे पाणी काढून टाकायला हवे; म्हणजे माणसाने जमा केलेल्या चुकीच्या धारणा, माहितींचा संग्रह, वृत्ती प्रथम बाहेर काढायला हव्यात. तेव्हा कुठे शुद्ध भाव, शुद्ध भक्तीचे पाणी माठात भरले जाईल. म्हणून सर्वांत आधी ईश्वराला प्रार्थना करा –

हे ईश्वरा! मला चुकीचे विचार, धारणा व वृत्तींपासून मुक्त कर!
'मी ज्ञानी आहे' या अहंकारातून मुक्त कर!
मला शबरीसारखी निर्मळ, निरागस भक्ती प्रदान कर!

पुढे प्रसंगात सांगितले आहे, शबरीने प्रभू श्रीरामांना विचारले, ''तुम्ही माझ्यावर प्रसन्न राहण्यासाठी मी कशा प्रकारे तुमची स्तुती व भक्ती करू?''

यावर श्रीराम म्हणाले, ''मी तुला नऊ प्रकारच्या भक्ती सांगतो. कोणत्याही

मनुष्याने यापैकी एका प्रकारच्या भक्तीचा अंगीकार केला तर तो ईश्वरीय कृपेस पात्र ठरेल.''

नंतर श्रीरामांनी शबरीला भक्तीचे नऊ प्रकार सांगितले, ते 'नवविधा भक्ती' या नावाने ओळखले जातात.

नवविधा भक्ती म्हणजे काय? ती कशी करता येते? हे पुढील अध्यायात जाणून घेऊ.

•••

१४

भक्तीचे चार प्रकार

नवविधा भक्ती : भाग 1

आध्यात्मिक ग्रंथ आपल्यामध्ये प्रेम, आनंद, शांती, समृद्धी, संतुष्टता, सेवाभाव, चैतन्य, भक्ती, अभिव्यक्ती यांसारखे ईश्वरीय गुण विकसित करतात.

नवविधा भक्ती म्हणजे नऊ प्रकारच्या भक्ती... भक्ती करण्याचे नऊ प्रकार. पुराणांनुसार दोन युगांमध्ये– सत्ययुग, त्रेतायुग– वेगवेगळ्या दिव्य चरित्रांद्वारे नवविधा भक्तीचा उपदेश दिला गेला आहे. सत्ययुगात भक्त प्रल्हादने त्याचे पिता हिरण्यकश्यपूला, तर त्रेतायुगात प्रभू श्रीरामांनी भक्त शबरीला नवविधा भक्तीचा उपदेश केला. भक्त प्रल्हादाद्वारे सांगितलेली नवविधा भक्ती 'श्रीमद्भागवद पुराणा'त आहे. श्रीरामांनी माता शबरीला नवविधा भक्तीचा दिलेला उपदेश 'रामचरितमानस'मध्ये लिहिला गेला आहे. दोन्ही उपदेशांमध्ये फार फरक नाही. आधी श्रीमद्भागवद महापुराणात भक्त प्रल्हादाच्या माध्यमातून नवविधा भक्तीचे कोणकोणते प्रकार सांगितले गेले आहेत, ते पाहू.

श्रवणं किर्तनं विष्णोः स्मरणं पादसेवनम् ।
अर्चनं वन्दनं दास्यं सख्यमात्मनिवेदनम् ॥

अर्थ : १. सत्यश्रवण, २. ईश्वरीय लीला व नामाचे कीर्तन, ३. ईश्वराचे ध्यान, ४. स्मरण, ५. पादसेवन म्हणजे चरणसेवा, ६. पूजाअर्चा, ७. वंदन करणे, ८. दास्यभाव, ९. आत्मनिवेदन म्हणजे आत्मसमर्पण. ही नऊ प्रकारची भक्ती आहे.

थोड्या विस्तृत रूपात हे समजून घेऊ.

• श्रवण

श्रवण म्हणजे ऐकणे. ईश्वरीय लीला, कथा, महत्त्व व कोणत्याही प्रकारचे आध्यात्मिक ज्ञान पूर्णपणे प्रहणशीलतेने, श्रद्धेने, विश्वासाने व एकाग्रतेने निरंतरपणे ऐकणे हीसुद्धा एक प्रकारची भक्ती आहे. श्रवण म्हणजे फक्त ऐकणे नसून, जे ऐकले आहे त्यावर मनन करून ते आत्मसात करणे हेही समाविष्ट असते.

उदाहरणार्थ, तुम्ही गुरूकडून ऐकले, की 'तुमच्या सर्व चिंता ईश्वरावर सोपवा व निश्चिंत होऊन सुखात राहा. कारण ईश्वराचे सतत तुमच्यावर लक्ष असते.' हे ऐकून तुम्हांला खूप छान वाटते व तुम्ही आनंदात घरी येता. घरी आल्यावर समजते, की मुलाला परीक्षेत कमी गुण मिळाले आहेत. मग तुमच्या मनात त्याच्या भविष्याविषयी चिंता वाटू लागते... काय करेल?... कसं होईल?... याच्यासाठी किती पैशांची सोय करून ठेवावी लागणार, कोणास ठाऊक?... हा स्वतःसाठी काही करेल असे काही वाटत नाही.

म्हणजे जे ऐकले ते जीवनात उतरवले नाही. अशा श्रवणाचा काही उपयोग नाही. ज्ञान तेच, जे जीवनात उतरवले जाते. मनन झाले तर ते श्रवण फळ देते. मननविना ज्ञानरूपी हिरे कोळशाप्रमाणे असतात.

ज्या ज्ञानाचे श्रवण आपल्याला ईश्वरापर्यंत घेऊन जाते, आपली भक्ती वाढवते, विकार नाहीसे करते, आपला विकास घडवून आणते व आपल्यातील अहंकार नाहीसा करते, ते खरे श्रवण आहे. आपल्या संस्कृतीत आधीपासून श्रवणाची परंपरा आहे. सुरुवातीला फक्त ऐकून ज्ञान प्राप्त केले जायचे आणि ते लक्षात ठेवले जायचे. गुरुकुलात जाऊन शिष्य गुरूकडून वेद, शास्त्र यांचे अध्ययन श्रवणाद्वारे करत होते आणि त्याचे अनुकरणही करत होते. परीक्षित राजा श्रवणरूपी भक्तीचे एक सुंदर उदाहरण आहे. शुकदेव महाराजांकडून भागवत कथा ऐकत-ऐकत त्यांना मोक्षप्राप्ती झाली होती.

- **कीर्तन**

ईश्वरीय गुण, चरित्र, नाव, लीला यांचे आनंदाने व उत्साहाने कीर्तन करणे ही दुसऱ्या प्रकारची भक्ती आहे. कृष्णभक्त, चैतन्य महाप्रभू, सूरदास, मीरा याच मार्गाद्वारे कृष्णाची भक्ती करत होते. जे मनाचे भंजन करते, म्हणजे मीपणा समाप्त करते, असे भजन व कीर्तन श्रेष्ठ आहे.

ईश्वराचे कीर्तन भक्तीची सहज, सरळ व आनंद देणारी पद्धत आहे. त्यासाठी ज्ञानाच्या मोठमोठ्या पोथ्या वाचण्याची गरज नाही. कठीण तप, उपवास, नियमांचे पालन, अनुष्ठान याचीही आवश्यकता नाही. यासाठी फक्त भक्ताच्या हृदयात असीम भक्तिभाव असण्याची गरज आहे. भजन - कीर्तन करण्यासाठी कोणताही मुहूर्त किंवा चांगला दिवस बघण्याची गरज नसते, ना कोणत्या पंडिताला व पुरोहिताला विचारण्याची आवश्यकता असते. यामध्ये शब्द, भाषा किंवा उच्चार यांकडे लक्ष देण्याची गरज असते. आपल्या सहज, सरळ भाषेत इच्छा होईल तेव्हा कीर्तन करून ईश्वरभक्तीचा आनंद घेता येतो.

- **स्मरण**

स्मरण म्हणजे आठवण करणे. एखाद्याचे स्मरण होणे, म्हणजे त्या वेळी आपले लक्ष त्याकडे असणे किंवा त्याविषयी विचार करणे. स्मरणभक्तीमध्ये भक्ताचे लक्ष प्रत्येक क्षणी आपल्या इष्ट देवतेत रमलेले असते. एखादी आई घरातील काम करत असताना, झोपेत असताना किंवा जागेपणी तिचे लक्ष आपल्या मुलाकडेच असते. ती त्याच्या चाहुलीने, आवाजाने सतर्क होते. त्याचप्रमाणे भक्त कोणतेही काम करत असताना, खाताना, पिताना, व्यवसायात, यात्रेत किंवा आराम करत असला तरी त्याचे लक्ष ईश्वरात रमलेले असते. शबरीसुद्धा सतत श्रीरामांचे स्मरण करत सेवाकार्य करत होती. स्मरण करण्यासाठी कालमर्यादा नसते. म्हणजे मोबाईलमध्ये एक ठरावीक वेळ निश्चित करून तेवढेच स्मरण केले, असे नसते. स्मरण हे भक्ताच्या हृदयात निरंतर जळणाऱ्या धुनीसारखी असते. ती कधी विझत नाही.

श्रीकृष्णाने गीतेमध्ये नित्य स्मरण करण्याचा महिमा अर्जुनाला सांगितला आहे. श्रीकृष्ण सांगतात – ''हे अर्जुना! जो पुरुष अनन्य चित्ताने निरंतरपणे माझ्यासारख्या पुरुषोत्तमाचे स्मरण करतो, अशा नित्य-निरंतर योग्यांसाठी मी सुलभ आहे, म्हणजे

मी त्यांना सहजपणे प्राप्त होतो.''

त्याचबरोबर ते सांगतात – ''जो पुरुष अंतःकाळी माझेच स्मरण करत शरीराचा त्याग करतो तो माझे साक्षात स्वरूप प्राप्त करतो, यात काही संशय नाही.''

स्मरण करण्याची सोपी पद्धत आहे 'नामस्मरण'. सुरुवातीला जप सजगतेने केला जातो; परंतु सातत्याने जप केल्याने श्वासाप्रमाणे तो सतत अंतरंगात सुरू राहतो. नामस्मरण हीसुद्धा निर्मळ भक्तीची सरळ, सोपी पद्धत आहे. त्यासाठी जास्त सामग्री, साधने, अनुष्ठान, तप, नियम वगैरे गोष्टींची गरज नसते.

• पादसेवन

आपण एखाद्याचे पाय दाबतो तेव्हा त्याला खूप छान वाटते आणि तो मनापासून आशीर्वाद देतो. म्हणून ज्येष्ठ लोकांचे पाय दाबावेत, असे सांगितले जाते. त्यामुळे त्यांचे शुभाशीर्वाद मिळतात. यावरून ही भक्तीची पद्धत लक्षात येईल. पादसेवन म्हणजे ईश्वराच्या चरणाशी आश्रय घेणे, त्यालाच सर्वस्व समजून ईश्वरसेवा करणे, ईश्वराला आनंद होईल अशी कार्य करणे.

काही जण ईश्वराच्या मूर्तीला साक्षात ईश्वर समजून खूप सेवा करतात. उदाहरणार्थ, मूर्तीला झोपवतात, स्नान घालतात, पाय दाबतात, मूर्ती सजवतात. ही भक्तीची प्रारंभिक अवस्था आहे. जेव्हा सर्वांमध्ये एकाच ईश्वराला पाहून त्यांच्याप्रति सेवा, करुणा व प्रेमभावनेने भक्ताचे मन भरून जाते, तेव्हा पुढची अवस्था येते. 'इतरांना सुख मिळावे व त्यांची पीडा कमी व्हावी असे कोणते कर्म मी करायला पाहिजे,' असे विचार त्याच्या मनात येतात. जेव्हा आपल्या असण्यामुळे इतरांचा फायदा होईल, त्यांची चेतना वाढेल व त्यांच्या जीवनात सकारात्मक परिवर्तन होईल, तेव्हाच आपले जीवन सार्थकी लागेल, असे त्यांना वाटते. ही समज खऱ्या अर्थाने पादसेवन करवून घेते. जगातील प्रत्येक रचनेमध्ये ईश्वराचे दर्शन घेणे, निःस्वार्थीपणे त्यांच्यासाठी मंगल कामना करणे, इतरांच्या कल्याणासाठी कर्म करणे, ही आहे खरी पादसेवन भक्ती!

इतर पाच प्रकारच्या भक्ती पुढील अध्यायात जाणून घेऊ.

***

१५

भक्तीची सर्वोत्तम अवस्था

नवविधा भक्ती : भाग 2

संतुलित भक्तीचा सराव केला तर संसार व अध्यात्मरूपी दोन्ही नावांवर पाय ठेवून, एका दिशेने आनंदाने गात भवसागर पार करता येतो.

मागील अध्यायात आपण भक्त प्रल्हादाने सांगितलेले भक्तीचे चार प्रकार पाहिले. या अध्यायात आपण पुढील पाच प्रकार जाणून घेऊ.

• **अर्चना**

ईश्वराबरोबर संबंध स्थापित करणे हा भक्तीचा मूळ उदेश आहे. मायेत भटकणारे मन व बुद्धी ईश्वराच्या चरणाजवळ ठेवणे. काही भक्त हे कार्य मानसिक रूपात करतात, काही कार्य करून करतात, तर काहींना यासाठी साधनसामग्री, अनुष्ठान, पूजाविधी यांची आवश्यकता भासते. असे केले तरच त्यांच्या मनात भक्ती जागते व ते स्वतःला ग्रहणशील बनवू शकतात. ईश्वराची पूजाअर्चा करणे हाही एक मार्ग आहे. त्यासाठी काही पूजा सामग्रीचा— उदाहरणार्थ, धूप, दीप, फळे, फुले, नैवेद्य, चंदन, गंध यांचा—वापर करून काही पूजाविधी, आरती, स्तुती गाऊन विधीवत ईश्वरीय स्वरूपाची पूजाअर्चा केली जाते.

या गोष्टी, वेगवेगळ्या विधी भक्तांमध्ये भक्ती जागृत करण्यास निमित्त बनतात. 'मी योग्य रीतीने ईश्वराची भक्ती केली आहे. ती तो स्वीकार करेल व माझी काळजी घेईल,' असा विश्वास भक्ताच्या मनात जागतो. पूजा करताना भक्ताच्या मनातील भाव, विचार, क्रिया शुद्ध असतील तर ईश्वर त्यांच्या भक्तीचा नक्कीच स्वीकार करतो! पण, जर यामध्ये अहंकार, दिखाऊपणा, स्वार्थीपणा किंवा लोभ असेल तर अशा पूजाअर्चेचा काही उपयोग नाही.

• वंदन

वंदन करणे म्हणजे ईश्वरीय लीलेचे, त्याच्या स्वरूपाचे व गुणांचे गायन करणे. संत व भक्त यांच्याद्वारे ईश्वराच्या स्वरूपासंबंधी अनेक स्तुतिपर रचना झाल्या आहेत. गायनाद्वारेही भक्त भक्ती करतात. ईश्वरीय गुण आपल्या जीवनात उतरवण्याचा हा एक चांगला मार्ग आहे. कारण ज्या गोष्टीकडे आपण लक्ष देतो ती आपल्या जीवनात उतरते, हा निसर्गाचा नियम आहे. स्तुतिपर गाताना ईश्वरप्रेम, करुणा, साहस, पराक्रम, दयाभाव यांसारख्या ईश्वरीय गुणांवर लक्ष केंद्रित होते; त्याचबरोबर ईश्वराने केलेल्या महान कार्यावरही मनन होते. त्यामुळे त्या सर्व गोष्टींचा परिणाम आपल्या जीवनात उतरू लागतो. उदाहरणार्थ, हनुमान चालीसा म्हटल्यावर मनात ऊर्जा व शक्ती जाणवते. कारण हे दोन्ही हनुमानातील दिव्य गुण आहेत. श्रीकृष्णाची स्तुती करताना प्रेम, सौंदर्य व आनंदाचे भाव अंतरंगात दाटून येतात. महादेव शिवाची आराधना करताना वैराग्यभाव उत्पन्न होतो. ज्या देवतांचे जे स्वरूप आहे, जसे गुण आहेत ते भक्त स्तुती करताना तसे गुण स्वतःच्या जीवनात आकर्षित करतात.

• दास्य

भक्तीच्या या पद्धतीत भक्त ईश्वराला स्वामी व स्वतःला त्याचा दास समजून श्रद्धेने त्याची सेवा करतो. दास्यभक्तीचे उत्तम उदाहरण म्हणजे हनुमान आहे. हनुमान स्वतः बलशाली आहेत, त्यांना 'समस्त रिद्धी-सिद्धी नवविधींचे स्वामी' म्हटले जाते, दिव्य गुणांनी परिपूर्ण असे ते पूजनीय ईश्वर आहेत, ते स्वतःची ओळख 'रामाचा सेवक' म्हणून सांगतात. त्यांचे कर्म फक्त रामाची सेवा करणे

आहे. रामाची कृपा व त्यांची सेवा करायला मिळणे, हीच त्यांची इच्छा आहे. त्यांना स्वतःला काही नको; पण रामाचे एखादे कार्य करायचे झाले तर असंभव वाटणारे कामही ते चुटकीसरशी करून टाकतात!

दास्यभक्ती शिकायची असेल तर हनुमानाकडून शिका. स्वामीबद्दल समर्पण, निष्ठा, निष्काम व श्रेयरहित सेवा, जोरदार प्रयत्न व सेवा करताना सेवेखेरीज कोणतीही इच्छा नसणे, हे हनुमान शिकवतात.

प्रपंचात राहून दास्यभक्ती करता येते, तीसुद्धा अतिशय चांगल्या प्रकारे! हे जग ईश्वराची लीला आहे. या ईश्वरीय लीलेमध्ये तुमची जी भूमिका आहे व त्यासाठी जी कर्मे करावी लागतात, ती ईश्वराचीच कार्ये आहेत. ही कार्ये निस्सीम भक्तीने स्वतःला ईश्वराचा दास मानून केली, की 'मी जे काही करत आहे ते ईश्वरासाठी करत आहे, त्याच्या शक्तीने करत आहे. यात माझी काही योग्यता नाही, कौतुक नाही. जे काही आहे ते त्याचेच आहे. त्याची सेवा करण्यासाठी त्याने माझी निवड केली, यासाठी मी आभारी आहे!' तर या भावनेने केले गेलेले प्रत्येक कर्म सेवा बनेल व भक्ती म्हणून ओळखले जाईल.

- **सखा**

सखाभाव म्हणजे साख्य, ईश्वराला प्रिय मित्र समजून सुख-दुःख सांगणे, त्याचा सल्ला घेणे व त्याच्या मार्गदर्शनानुसार जीवन जगणे. ईश्वर हाच एकमेव आधार आहे, असे समजून त्याला सर्वस्व अर्पण करणे, ही आहे साख्यभक्ती. याचे उत्तम उदाहरण अर्जुन आहे. कृष्ण त्याचा मित्र होता. अर्जुन कृष्णाला गुरू मानत होता व त्याची कृष्णावर श्रद्धा होती. त्याच्या जीवनात जेव्हा-जेव्हा काही संकटे आली तेव्हा-तेव्हा त्याने कृष्णाचा सल्ला घेतला आणि त्यांनी दिलेल्या मार्गदर्शनानुसार निर्णय घेतले. श्रीकृष्णाने समजावल्यावर युद्धात न लढण्याचा निर्णयही अर्जुनाने मागे घेतला. याशिवाय, श्रीकृष्ण व त्याची सेना यांत निवड करण्याची वेळ आली तेव्हा त्याने श्रीकृष्णाचीच निवड केली. अर्जुन म्हणाला, ''ज्या पक्षात तुम्ही आहात तो पक्ष आधीच जिंकलेला आहे, त्याला इतर आधारांची काय गरज!''

श्रीकृष्ण प्रत्यक्षात अर्जुनाबरोबर होता; पण आपले काय? असे तुम्हांला वाटू शकते. आपला कृष्णसुद्धा आपल्याबरोबरच असतो. तो आपल्या हृदयात

राहतो. तोच आपला स्रोत आहे व चेतनेच्या मुळाशीही तोच आहे. तो आपल्याला अंतःकरणातून मार्गदर्शन देत असतो. पण त्याचे ऐकण्यासाठी आपण आपली पात्रता वाढवायला हवी. जे भक्त आपल्या आंतरिक स्रोताशी जोडलेले असतात ते जीवनातील प्रत्येक निर्णय स्रोताकडून घेतात. त्याच्या मार्गदर्शनाने जीवन जगतात. 'ईश्वरच आमचा खरा शुभचिंतक आहे, खरा मित्र आहे व तो सतत आमच्याबरोबर आहे' अशी त्यांची भावना असते. स्रोताशी संलग्न राहून, त्याच्या निर्देशानुसार जीवन जगणे, हीसुद्धा भक्तीची एक पद्धत आहे.

• आत्मनिवेदन

संसारी माणूस स्वतःला कर्ता समजतो सर्व जबाबदाऱ्या स्वतःच्या खांद्यावर घेतो. आयुष्यात जी साधने, सगेसोयरे जमवतो त्याचा मालक म्हणून श्रेय घेतो. त्याची सुख-दुःखे त्याच आप्तस्वकियांशी, साधनांशी जोडलेली असतात. भक्त मात्र आपली सारी साधनसामग्री, सगेसोयरे, सामर्थ्य ईश्वरचरणी अर्पण करतो. इतकेच नव्हे; तर स्वतःही तो ईश्वरचरणी समर्पित होतो. 'हे ईश्वरा! जे काही माझे आहे ते सर्व तुझे आहे... इतकेच नव्हे; तर मीसुद्धा तुझाच आहे... मी तुला समर्पित आहे... आता मला कसे व कुठे ठेवायचे, ते सर्व तूच ठरव... माझ्याकडून जी कर्म करवून घ्यायची आहेत ती घे... तुला जे वाटते चांगले त्यात माझे भले... तुझी इच्छा तीच माझी इच्छा!' अशा भावनेने तो ईश्वराला प्रार्थना करतो.

अशा प्रकारे ईश्वरचरणी कायमस्वरूपी समर्पित होणे व स्वतःकडे स्वतंत्र सत्ता न ठेवणे ही आहे आत्मनिवेदन भक्ती. ही भक्तीची सर्वोच्च अवस्था मानली गेली आहे. कारण व्यक्तिगत 'मी', आपला अहंकार समर्पित करणे माणसाला सर्वांत कठीण वाटते.

असे भक्तीचे नऊ प्रकार आहेत. हे भक्त प्रल्हादाने सांगितलेल्या नवविधा भक्तीच्या रूपात जाणले जातात. पुढील अध्यायात आपण श्रीरामांद्वारे सांगितलेले नवविधा भक्तीचे प्रकार पाहू.

•••

१६

ईश्वरीय लीलेत शबरीचे योगदान

श्रीराम नवविधा भक्तिरहस्य : भाग 1

समज ठेवून केलेले कर्म भक्तीचे महाफळ देते. भक्ती जागृत होताच इंद्रिये वश होतात.

श्रीरामांचा आतिथ्य-सत्कार केल्यानंतर शबरीने विचारले, ''हे प्रभू! मी तुमची स्तुती कशी करू, हे कृपाकरून मला सांगा!'' तेव्हा श्रीरामांनी तिला सांगितलेले भक्तीचे प्रकार 'नवविधा भक्ती' या नावाने ओळखले जाऊ लागले. संत तुलसीदासांनी 'रामचरीतमानस'मध्ये नवविधा भक्ती वर्णन केली आहे. ती आता एकेक करून समजून घेऊ. श्रीराम शबरीला सांगतात,

नवधा भगति कहऊँ तोहि पाहीं।

सावधान सुनु धरु मन माहीं ॥

प्रथम भगति संतन्ह कर संगा ।

दूसरि रति मम कथा प्रसंगा ॥

अर्थ : मी तुला नवविधा भक्ती सांगतो. तू सावधानतेने ऐकून ती मनात साठव. पहिला प्रकार आहे – संतांचा सत्संग, दुसरा प्रकार, माझ्या कथाप्रसंगांचे प्रेम.

आता हे दोन्ही प्रकार सविस्तरपणे समजून घेऊ.

सत्संग

असे म्हटले जाते की, तुम्हांला जसे बनायचे आहे तशा लोकांबरोबर राहायला लागा, तसेच मित्र निवडा. कालांतराने तुम्ही तसे घडाल. त्यासाठी जास्त प्रयत्न करावे लागणार नाहीत. संगतीचा परिणाम असा असतो. म्हणून भक्ती जागृत करण्यासाठी व वाढवण्यासाठी सत्संगात जायला हवे. सत्याच्या मार्गनि जाणाऱ्या लोकांबरोबर राहिले तर आध्यात्मिक समज वाढते, प्रेरणा मिळते व आपल्यामध्ये सद्गुणांचा विकास होतो. संघाचे स्वतःचे असे आभामंडल असते, ऊर्जा असते. त्याच्या संपर्कात येणाऱ्यांना ते प्रभावित करते. एखाद्या अनोळखी, पण आनंदी माणसाजवळ गेल्यावर तुम्हांला शांतता व प्रसन्नता जाणवते, असा अनुभव तुम्हांला आला असेल. त्या माणसाचे आभामंडल व सकारात्मक ऊर्जा त्याला कारणीभूत असते. सत्यसंघात राहिले तर आपल्यावर ऊर्जेचा चांगला परिणाम होतो.

सत्यसंघ मिळावा म्हणून शबरी दंडकारण्यात आली होती. तिथे राहून तिने ऋषिमुनींचे ऐकून भक्तीचे रहस्य जाणून घेतले होते. प्रत्येक जण आपल्या स्वभावानुसार संगत शोधतो. ज्यांना क्रिकेट हा खेळ आवडतो ते क्रिकेट खेळ जाणणाऱ्यांच्या संघात राहतात. पिणारे लोक तशीच संगत शोधतात. ईश्वरप्रेमीला दुसरा कोणी ईश्वरप्रेमी मिळाला नाही तर तो ईश्वराचा संग निवडतो.

संघाची निवड समजूनउमजून करायला हवी. कारण चुकून जरी चुकीची संगत निवडली तर त्याचा विपरीत परिणाम तुमच्यावर होणार! सत्यसंघात तुम्हांला श्रेष्ठ मार्गदर्शन व प्रेरणा मिळेल, तसेच भक्तियुक्त वातावरणात राहू शकाल. श्रीराम प्रभूंच्या सांगण्यानुसार सत्याच्या संगतीत राहणे हीसुद्धा एक प्रकारे भक्तीच आहे.

ईश्वरीय कथा व लीलांवर प्रेम

ईश्वराची रूपे वेगवेगळी आहेत. सर्वांशी संलग्न अशा कथा व लीला आहेत. यामध्ये काही ना काही आध्यात्मिक संकेत दडलेला असतो, त्याखेरीज दिव्य गुणांची अभिव्यक्ती असते. उदाहरणार्थ, श्रीरामांची कथा ऐकल्यावर त्यांची मर्यादा, साहस, गुरू व पित्याच्या आज्ञेचे पालन, परोपकार, संतुलित वर्तणूक

यांसारख्या गुणांवर मनन होते. हनुमानाच्या कथेवरून निष्काम सेवा, बळ, बुद्धी, साहस, नेतृत्व यांसारखे गुण शिकता येतात.

श्रीराम म्हणतात – 'ईश्वरीय कथा व त्यांच्या लीला ऐकणे, त्यावर मनन करणे व ते आत्मसात करणे हीसुद्धा एक प्रकारची भक्ती आहे.'

ईश्वरीय कथा ऐकता-ऐकता आपले त्यावर मनन होते व ते गुण आपल्या जीवनात उतरतात. शाळेत मुलांना महापुरुषांच्या, उच्च चरित्र असणाऱ्यांच्या गोष्टी ऐकवल्या जातात; जेणेकरून मुलांच्या व्यक्तित्वात महान चरित्रवान पुरुषांच्या गुणांचा समावेश व्हावा. ईश्वरीय कथा ऐकून भक्ताची भक्ती वाढते.

पुढची भक्ती याप्रमाणे आहे –

गुरू पद पंकज सेवा तीसरी भगति अमान ।
चौथि भगति मम गुन गन करइ कपट तजि गान॥

अर्थ : अभिमानरहित होऊन गुरूंच्या चरणकमलांची सेवा करणे; आणि चौथी भक्ती आहे, कपटमुक्त होऊन माझ्या गुणांचे गायन करणे.

अभिमानरहित होऊन गुरुसेवा

गुरुसेवेमुळे काय परिणाम होतो, याचे साक्षात उदाहरण शबरी आहे. शबरीच्या सेवेमुळे प्रसन्न होऊन मातंग ऋषींनी तिची भेट श्रीरामांशी घडवून दिली; म्हणजे जीवनाचे उच्चतम उद्दिष्ट स्वानुभव याची ओळख करवून दिली. सामान्यतः लोक गुरुसेवा या शब्दाचा शाब्दिक अर्थ घेतात. गुरुप्रति त्यांचा सेवाभाव असतो; पण प्रपंचात त्यांची उपस्थिती सामान्य प्रापंचिक माणसासारखीच असते. ते स्वार्थीपणे, लोभी वृत्ती ठेवून भेदभाव करत वागतात. उदाहरणार्थ, कपट करून धूर्तपणे ते पैसे कमावतात व गुरुसेवेच्या नावाखाली त्यातील काही भाग सत्संगात दान करतात. त्यांना वाटते, की गुरुसेवा केली.

गुरुसेवेचा खरा अर्थ आहे, गुरूच्या आज्ञेचे पालन करणे, गुरूकडून मिळालेले ज्ञान जीवनात उतरवणे. श्रीराम म्हणतात – 'गुरुसेवा अशी असावी, की ज्यात सेवक विलीन व्हावा, त्याचा कर्ताभाव समाप्त व्हावा, तो अहंकाररहित व्हावा तेव्हाच सेवा सफल होते.'

अहंकाराने केलेली सेवा ही सेवा नसते. कारण ती अहंकार वाढवते. अनेक जण सेवा करतात आणि दहा ठिकाणी स्वतःचे गुणगान करत राहतात, की 'आम्ही असे केले... गुरुजी आमच्यावर प्रसन्न आहेत.' इथे सेवकाचे लक्ष सत्यावर नसते तर आत्मस्तुतीवर असते. ही भक्ती नसून आत्मासक्ती आहे. अशी सेवा करू नये अभिमान सोडून खऱ्या अर्थाने गुरुसेवा करायला हवी.

कपटरहित भक्ती

चौथ्या प्रकारच्या भक्तीत श्रीरामांनी कपटमुक्त होण्यावर भर दिला आहे. ते म्हणतात – 'कपटमुक्त होऊन माझ्या गुणांचे, लीलांचे कीर्तन व भजन करा.'

प्रथम 'कपट म्हणजे काय ?' ते समजून घेऊ. खोटे बोलणे, एखादी गोष्ट लपवून - वाढवून किंवा कमी करून सांगणे, एखाद्याला धोका देणे, 'मुँह मे राम बगल में छुरी' (मैत्रीचे ढोंग करून धोका देणे) असे चारित्र्य असणे हे सर्व कपट आहे. प्रपंचातील वर्तणूक कपटी असेल व तोंडाने भक्ती - भजन करत असाल तर ही भक्ती नसून निव्वळ वेळकाढूपणा आहे. असे वागणे ईश्वराशी कपट केल्याप्रमाणे आहे. खरे भक्त कोणाशीही कपट करत नाहीत. कारण त्यांना प्रत्येकात ईश्वरच दिसतो. कोणाबरोबर कपटाने वागणे म्हणजे प्रत्यक्ष ईश्वराशी कपट केल्यासारखे त्यांना वाटते. कपटमुक्त, शुद्ध व निर्मळ हृदयातच ईश्वराचा वास असतो. 'श्रीरामचरीतमानस' ग्रंथात एका प्रसंगात श्रीराम म्हणतात – 'निर्मळ व शुद्ध मन असणाऱ्यालाच मला प्राप्त करून घेता येते. मला कपट, धोका देणे अजिबात आवडत नाही.'

'रामचरितमानस'मध्ये नवविधा भक्तीमधील पाचवी भक्ती याप्रमाणे सांगितली आहे –

मंत्र जाप मम दृढ़ बिस्वासा।

पंचम भजन सो बेद प्रकासा॥

अर्थ : माझ्या म्हणजे ईश्वराच्या नावाचा जप व माझ्यावरचा दृढ विश्वास ही पाचव्या प्रकारची भक्ती आहे. ही वेदांमध्ये प्रसिद्ध आहे.

दृढ विश्वासाने नामजप

अनेक भक्त वेगवेगळ्या मंत्रांचा जप करतात. परंतु त्यात विश्वास हवा. विश्वासामुळेच भक्तीचे फळ मिळते. जितका विश्वास दृढ तितकी गहन भावना जागते. त्यामुळे जप परिणामकारक ठरतो. भक्तीचा कोणताही प्रकार अंगीकारला तरी तुमचा विश्वास, श्रद्धा व निष्ठा त्याचे फळ प्राप्त करून देते. जप यांत्रिक पद्धतीने न करता सजग राहून करायला हवा. वाणीने मंत्राचा जप सुरू आहे आणि मन मात्र मायेमध्ये भरकटले आहे, असे होता कामा नये. जप करताना मन शांत हवे.

नामस्मरणामुळे तुम्ही सृष्टी, सेल्फ किंवा ईश्वर म्हणा यांच्याशी ताळमेळ साधता. यामुळे जो अनुभव येतो तो मायेच्या जंजाळात राहून येत नाही. म्हणून मन उतावीळ होते तेव्हा नामस्मरण करून ईश्वराशी ताळमेळ राखण्याचा जरूर प्रयत्न करा. सेल्फशी जोडले जाण्याचा हा सर्वांत जवळचा मार्ग आहे. यासाठी तुम्ही असा मंत्र म्हणू शकता – 'माझे जीवन मुक्त आहे... आत आणि बाहेरच्या बाहेर... कोहम्... तेजम (खरा मी)'

एकदा का ताळमेळ जुळला की तुमच्या लक्षात येईल, की दिखावटी सत्य बदलून तुम्ही आपोआप सत्यात स्थापित व्हाल.

छठ दम सील बिरति बहु करमा ।
निरत निरंतर सज्जन धरमा ॥

अर्थ : सहावी शक्ती आहे, इंद्रियांचे दमन, शील (चांगला स्वभाव व चारित्र्य), अनेक रजोगुणी कार्याचे वैराग्य आणि सतत संतपुरुषांचे आचरण करणे.

इंद्रियांचा निग्रह व शील

सहाव्या प्रकारच्या भक्तीमध्ये श्रीराम भक्ती आचरणात आणण्यास सांगत आहेत. इंद्रियांचा निग्रह म्हणजे इंद्रियांचे अनुशासन, मन इंद्रियांच्या जाळ्यात फसता कामा नये. वास्तविक, इंद्रियांची एक महत्त्वपूर्ण भूमिका आहे. इंद्रियांद्वारे आपण बाह्य दुनियेचा अनुभव घेतो. त्यादृष्टीने इंद्रिये आपल्यासाठी वरदान आहेत. परंतु आपण इंद्रियांच्या विषयात आसक्त झालो, तीच आपल्या वरचढ होऊ लागली तर ती अभिशाप ठरतात. उदाहरणार्थ, कानांद्वारे सत्यश्रवण केले

तर कान वरदान आहेत. पण, त्याद्वारे वाईट गोष्टी ऐकल्या, इतरांबद्दल चुकीचे ऐकले तर तेच कान अभिशाप ठरतात. त्याच प्रकारे जीभ स्वादाची गुलाम झाली नाही व शरीराला स्वास्थ्य प्रदान करणारे अन्न पसंत करू लागली तर ती वरदान आहे. आपल्या प्रत्येक इंद्रियाने नेहमी संयमित व संतुलित जीवन जगण्यास मदत करावी, सत्याच्या मार्गावर पुढे घेऊन जावे, आपला उच्चतम विकास करावा, हाच इंद्रियांचा उद्देश आहे. भक्तांनी इंद्रियांचा निग्रह करून हा उद्देश पूर्ण करायला हवा.

शील म्हणजे चांगले चारित्र्य. नैतिक - मर्यादापूर्ण - विकाररहित इतरांचे कल्याण करणारे धर्मयुक्त आचरण, चांगले चारित्र्य बनवणे, कोणत्याही परिस्थितीत धर्मानुसार आचरण करणे हीसुद्धा एक प्रकारची भक्तीच आहे. असे केल्याने ईश्वराच्या लीलेत आपण आपले सर्वोत्तम योगदान दिल्याप्रमाणे होईल.

चांगले चारित्र्य असल्याशिवाय भक्ती होत नाही. काही जण दोन-दोन तास बसून पूजा करतात; पण लोकांबरोबरची वर्तणूक चांगली नसते. लहान मुलांना विनाकारण रागावतात, पत्नीला त्रास देतात, नोकरांवर ओरडतात, आईवडिलांशी दुर्व्यवहार करतात आणि वर सांगतात – 'मी इतक्या वेळ पूजा, भजन करतो. मी मोठा भक्त आहे.' अशी भक्ती म्हणजे फक्त दिखाऊपणा आहे. अशा लोकांच्या घरातील लोक प्रार्थना करतात – 'यांनी आता हिमालयात जाऊन भक्ती करावी म्हणजे आमची सुटका होईल!'

याखेरीज श्रीरामांनी अजून एक गोष्ट सांगितली आहे. एकाच वेळी अनेक कामे करणे भक्तांसाठी योग्य नाही. काही लोकांचे मन खूप चंचल असते. त्यांच्या डोक्यात एकाच वेळी अनेक कामांचे विचार सुरू असतात. एखादे काम करताना त्यांना दुसऱ्या कामाची चिंता लागून राहते आणि दुसरे काम करताना पहिल्या कामाची. अशा लोकांवर कोणतेही काम सोपवले तर ते काम त्यांच्याकडून नीट होत नाही. परिणामी, ते स्वतः ताण घेतात व इतरांनाही देतात. असे वागणे ही त्यांची वृत्ती बनते. त्यामुळे स्थिर चित्ताने ते भक्ती करू शकत नाहीत.

श्रीराम म्हणतात – 'भक्तांनी एका वेळी एकाच कामाकडे लक्ष देऊन ते चांगल्या प्रकारे पूर्ण करायला हवे.' अशी सवय आध्यात्मिक विकासातही साहाय्यक ठरते. त्यांचे मन एकाग्र होऊन भक्ती, ध्यान व सत्यश्रवण करताना टिकून राहते.' श्रीरामांद्वारे सांगितलेले नवविधा भक्तीचे उर्वरित प्रकार पुढील अध्यायात जाणून घेऊ.

•••

१७

शबरीने गाठला अंतिम टप्पा

श्रीराम नवविधा भक्तिरहस्य : भाग २

भक्तीच्या शक्तीने मनावर विजय प्राप्त करून अंतिम यश प्राप्त करता येते. भक्तीत समर्पित होऊनच संपूर्ण विश्वाशी, ब्रह्मांडाशी एकरूपतेचा अनुभव घेता येतो.

श्रीरामांनी सातव्या प्रकारची भक्ती अशा प्रकारे सांगितली आहे :

सातवँ सम मोहि मय जग देखा।
मोतें संत अधिक करि लेखा।।

अर्थ : सातवी भक्ती आहे, सर्वांना समभावनेने रामरूपात पाहणे व संतांना माझ्यापेक्षा श्रेष्ठ समजणे.

समभावनेने पाहणे

जगातील प्रत्येक जिवाकडे, रचनेकडे समभावनेने व करुणामय दृष्टीने पाहणे, सर्वांसाठी शुभभावना बाळगणे, त्यांच्यात कोणत्याही प्रकारचा भेदभाव न करणे, सर्वांमध्ये एकाच चेतनेचे दर्शन घेणे, सर्वांबरोबर एकसारखे व चांगले वागणे

हीसुद्धा एक प्रकारे भक्तीच आहे.

श्रीराम म्हणतात – 'सर्व जिवांमध्ये मलाच पाहा; म्हणजे माझे स्वरूप समजून सर्वांशी वागा.'

विचार करा, माणसाची दृष्टी अशी बदलली तर तो कोणाचे कधीच अहित करणार नाही, कोणाबद्दल वाईट विचार करणार नाही. खरेच असे घडले तर हे जग किती सुंदर होईल! सगळीकडे प्रेम, आनंद, शांती व सद्‌भावनेचा प्रकाश पसरेल... जगात कोणीही दुःखी नसेल! परंतु माणूस ईश्वराला व माणसाला वेगवेगळे समजतो. मंदिरात जाऊन मूर्तींसमोर नतमस्तक होतो आणि इतरांशी वाईट किंवा चुकीचे वागतो, हे योग्य नाही. सर्वांना ईश्वरीय स्वरूप मानून त्यांच्याशी तसे वागायला हवे. समोरचा कसा वागतो हे पाहायचे नाही. कारण तुम्ही भक्त आहात. समोरचा भक्त आहे की नाही, याची चिंता तुम्ही करू नका. त्याची यात्रा वेगळी आहे, चेतनेचा स्तर वेगळा आहे. त्याच्या कर्मानुसार त्याला फळ मिळेल. परंतु तुम्हांला ईश्वरीय कृपा हवी असेल तर असेच बनावे लागेल.

जगाच्या दृष्टीने शबरी भक्तीसाठी पात्र नव्हती. वनातील साधू-संन्यासी स्वतःला मोठे भक्त मानत होते; साधूंमध्ये समभावना नव्हती. शबरीला ईश्वरीय रूपात ते पाहू शकले नाहीत. पण शबरीने या गोष्टींचा प्रतिकार केला नाही. तिच्या मनात कोणाबद्दलही कटू भावना नव्हती. फलस्वरूप श्रीरामांनी तिला नवविधा भक्तीचे ज्ञान दिले. म्हणून समभावनेशिवाय असलेली भक्ती खरी भक्ती नाही; ती अंधभक्ती, अज्ञान आहे. सर्व जण एकाच चेतनेची निर्मिती आहेत, सर्व समान आहेत, या समजेने भक्ती व्हायला हवी.

पुढे श्रीराम म्हणतात – 'ईश्वराच्या भक्तांचा, आध्यात्मिक मार्गावरून चालणाऱ्यांचा कधी अनादर करू नका. त्यामुळे त्यांचे काही बिघडणार नाही; पण तुम्हांलाच पुढे अडचणी येतील, वाईट फळे मिळतील. ज्यांची आध्यात्मिक चेतना उच्च असते, त्यांच्याशी केलेली वाईट वर्तणूक तितकाच वाईट परिणाम घडवते.'

आठवी भक्ती अशा प्रकारची आहे :

आठवँ जथालाभ संतोषा ।
सपनेहुँ नहिं देखइ परदोषा ॥

अर्थ : जे काही मिळाले आहे त्यात समाधान माना व स्वप्नातही इतरांचे दोष पाहू नका.

संतुष्ट स्वभाव हीसुद्धा भक्तीच आहे

संतुष्टता सर्वांत मोठे धन आहे. कारण मायेच्या जगात इच्छांना व यशाला काही सीमा नाही. सध्याच्या डिजिटल युगात माया खूप प्रबळ झाली आहे. ती तुमच्यासमोर सतत नवनवीन आकर्षक व मनमोहक वस्तू ठेवत राहते. आकर्षक जाहिरातींद्वारे त्या वस्तू तुमच्यासमोर ठेवल्या जातात आणि त्या मिळाल्या नाही तर तुम्हांला जीवन निरर्थक वाटू लागते. उदाहरणार्थ, मोबाईलचे नवीन मॉडेल येताच त्याची इतकी आकर्षक जाहिरात होते, की तुम्हांला तुमचा चांगला फोनही बेकार वाटू लागतो. नवीन मॉडेल हातात पडल्याशिवाय तुम्हांला शांतता मिळत नाही.

ज्यांच्या मनात संतुष्टीची भावना नसते, त्यांच्या मनात पूर्णतेची भावना जागत नाही. त्यांना सतत काहीतरी उणीव भासत राहते, अधिक प्राप्त करण्यासाठी मन बेचैन राहते. अशा मृगजालात फसलेला माणूस असेच जीवन जगून मृत्यूला सामोरा जातो. असंतुष्ट माणूस मृत्यूसमयीही बेचैन राहतो. अपूर्ण राहिलेल्या इच्छेमुळे तो अस्वस्थ राहतो. त्यामुळे मृत्यूनंतरही त्याला मुक्ती मिळत नाही. त्याउलट, संतुष्ट स्वभावाचा माणूस जिवंतपणीच मुक्त असतो. मुक्त हृदयाने ईश्वरभक्ती होऊ शकते. असंतुष्ट जीवन व ईश्वरभक्ती या अशा दोन नावा आहेत, ज्यावर एकाच वेळी चढता येत नाही.

मायेत राहूनही अलिप्त राहणे, मायेचा सदुपयोग करून संयमित जीवन जगणे, मायेला भक्तीचे साधन बनवणे, जे काही मिळाले आहे त्याला ईश्वरकृपा व प्रसाद समजून संतुष्ट राहणे, जास्त इच्छेत न अडकणे, गरज व इच्छा यांतील फरक ओळखणे हीसुद्धा भक्ती करण्याची पद्धत आहे.

त्याचबरोबर श्रीराम म्हणतात – 'इतरांचे दोष न पाहणे, त्यांच्या अवगुणांवर, न्यूनत्वावर लक्ष केंद्रित न करणे, सर्वांमधील गुण पाहणे हीसुद्धा भक्तीचीच पद्धत आहे. कारण जे इतरांमधील दोष पाहतात त्यांची बुद्धी भ्रष्ट होते. त्यांचे चिंतन नकारात्मक होते व हळूहळू ते दोष त्यांच्यात दिसू लागतात.'

जगाचे सोडा ; पण काही भक्त सत्संगातही परदोष चिंतन करतात. उदाहरणार्थ,

'बघा, तो ध्यान करताना झोपला आहे... त्याने असे कपडे घातले आहेत... कसा बोलतोय तो... किती बेसूर आवाजात भजन म्हणतोय... वगैरे.' असे असेल तर सत्संगाचा काही उपयोग नाही. इतरांचे दोष न पाहता स्वतःत सुधारणा करायची आहे. जगात कोणाला सुधारायचे असेल तर ते स्वतःलाच! समोरचा तर आपला आरसा आहे, ही गोष्ट नेहमी लक्षात ठेवा.

श्रीराम नवव्या प्रकारची भक्ती अशा प्रकारची आहे, असे सांगतात :

<blockquote>
नवम सरल सब सन छलहीना ।
मम भरोस हियँ हरष न दीना ॥
नव महुँ एकउ जिन्ह कें होई।
नारि पुरुष सचराचर कोई।
</blockquote>

अर्थ : श्रीराम म्हणतात, नववी भक्ती आहे सरळपणा. सर्वांशी कपटमुक्त होऊन वागणे, हृदयात माझ्यावरचा विश्वास राखणे कोणत्याही परिस्थितीत आनंदित व राहावे व अति दुःखी न होणे.

या नऊ भक्तींपैकी ज्यांच्याद्वारे एक जरी भक्ती केली जाते, ते स्त्री-पुरुष खरे भक्त आहेत.

सरळ, निश्चल व स्थिर मन

सरळ, निश्चल व स्थिर मन असणे ही खऱ्या भक्ताची ओळख आहे. जगात जितके जीव आहेत ते सहज व सरळ मनाने जीवन जगतात. निसर्गाने नेमून दिलेली कामे ते करतात. फक्त माणूस असा प्राणी आहे, ज्याला दोन मने असतात : एक, सहज सरळ मन आणि दुसरे, तोलू मन किंवा विकारयुक्त मन. या विकारी मनामुळे माणसाच्या जीवनात दुःख, वेदना, तणाव, त्रास निर्माण होतात. या मनात तुलना, कपट, ईर्ष्या, राग, निराशा, शंका, हिंसा, वासना, अहंकार अशा विकारांचा वास असतो. भक्तीच्या शक्तीमुळे हे विकारी मन हळूहळू विलीन होते व सहज मनाला कार्य करण्याची संधी मिळते.

सहज मनामुळे भाव, विचार, वाणी व क्रिया यात एकरूपता येते. आत-बाहेर काही नसते, खोटेपणा - दिखाऊपणा नसतो. मन सहज, सरळ व निश्चल

बनवणे हीसुद्धा एक प्रकारची भक्ती आहे. जसजशी भक्ती जागृत होते तसतशी माणसाची दुटप्पी जीवन जगण्याची गरज संपते. तो सरळ व निश्चल होऊ लागतो. तुम्ही स्वतःला भक्त म्हणवून घेत असाल, आणि खोटेपणाने अहंकाराने भरलेले दुटप्पी जीवन जगत असाल, तर सावध व्हा! विकारी मनावर काम करा, नाहीतर ईश्वरकृपेला पात्र ठरणार नाही!

याखेरीज श्रीराम म्हणतात – 'स्वतःला अशा प्रकारे तयार करा, की चांगल्या वेळी अति आनंदी व वाईट काळात अति दुःखी होऊ नका. कोणत्याही परिस्थितीत तुम्ही स्वतःला माझ्या हवाली करा, माझ्यावर विश्वास ठेवून स्थिर चित्ताने प्रसन्न राहायला शिका. हीसुद्धा भक्तीच आहे.'

वास्तविक, मायेचा खेळ लक्षात येताच सुख-दुःख या फक्त मनाच्या अवस्था आहेत, हे समजते. ईश्वराखेरीज इथे सर्व अस्थिर, अनित्य आहे हे समजले की भक्ताचे मन स्थिर होते, तो समभावनेत राहू लागतो आणि त्याच अवस्थेत आनंदात राहतो.

पुढे श्रीराम सांगतात – 'जो या नऊ प्रकारच्या भक्तीपैकी एक भक्तीचा प्रकार साधतो तो माझा भक्त आहे आणि तो माझ्यापर्यंत पोहोचतोच!' कोणताही मार्ग निवडला तरी तो अंतिम टप्प्यापर्यंत घेऊन जातो. अंतिम टप्पा आहे मोक्ष, स्वअनुभव! म्हणून योग्य व सहज वाटेल तो मार्ग निवडा व निश्चिंत भावनेने भक्ती करा!

...

शबरीची महासमाधी

अध्यात्म : एकमेव उद्दिष्ट

जेव्हा भक्त ईश्वराशी हृदयातून एकरूप होतो, नकली 'मी' (अहंकार) समर्पित करून त्या परमचेतनेत लीन होतो, तेव्हा त्याला प्रत्येक ठिकाणी, क्षणोक्षणी परमचेतनेची उपस्थिती जाणवते.

श्रीरामांकडून नवविधा भक्तीचा प्रसाद मिळाल्यामुळे शबरी धन्य झाली! तिने श्रीरामांपुढे साष्टांग नमस्कार घातला. श्रीराम तिला म्हणाले, ''हे माता! मी भक्तीचे जे नऊ प्रकार सांगितले आहेत, त्यातली कोणतीही एक प्रकारची भक्ती केली तरी त्याच्यावर ईश्वराची कृपा होते. तू तर सर्व नऊ प्रकारची भक्ती केली आहेस. जगरहाटी सांगते की, जिवाला ईश्वरप्राप्ती दुर्लभ असते. पण खरे सत्य असे आहे की, ईश्वराला असे भक्त प्राप्त होणे दुर्लभ असते. मोठमोठ्या योग्यांना व संन्याशांना जी प्राप्ती होते, ती तुला सेवाभक्तीने सहजतेने प्राप्त झाली आहे. तुला तुझ्या खऱ्या स्वरूपाचे भान आले आहे.''

श्रीराम कृपेने, स्नेहाने शबरीकडे पाहत होते व शबरी कृपेच्या अनुभूतीने भारावून गेली होती. श्रीराम म्हणाले, ''हे माता! तुला जनकपुत्री सीतेबद्दल काही माहिती असेल तर मला सांग!''

यावर शबरी मनातल्या मनात विचार करू लागली... 'जे प्रभू सर्वकाही जाणतात, भूत, भविष्य व वर्तमान ज्यांचे दास आहेत ते मला हे विचारत आहेत! या कार्यासाठी निमित्त बनवून मला मान देत आहेत... कशी लीला आहे प्रभूंची! त्यांच्या लीलेत माझी भूमिका वठवण्याची जबाबदारी मला पार पाडावी लागेल...' असा विचार करून ती म्हणाली, ''तुम्ही इथून पंपा सरोवरला जा. तिथे तुम्हांला सुग्रीव नावाचे वानरराज भेटतील. त्यांच्याशी तुमची मैत्री होईल आणि ते तुम्हांला सीता मातेपर्यंत पोहोचवण्यासाठी निमित्त होतील.''

ज्ञानमयी दृष्टी लीलेचा आनंद घेते

श्रीरामांच्या साक्षात्कारानंतर किंवा असे म्हणता येईल, की आत्मसाक्षात्कारानंतर शबरीची भक्ती उच्च स्तरावर पोहोचली होती. तिने अशी अवस्था प्राप्त केली होती, की जिथे भक्त ईश्वराला त्याने निर्माण केलेल्या मायेला अनुभवाने जाणतो, इथे सर्व आध्यात्मिक रहस्ये उलगडतात. हे संपूर्ण जग व्यक्त व अव्यक्त सृष्टी ईश्वराने निर्माण केलेला खेळ आहे, याचा बोध होतो. रचना करणाराही तोच आहे व खेळणाराही तोच आहे. त्याच्याशिवाय इथे दुसरे कोणीही नाही.

भक्तांना अशी बोधदृष्टी प्राप्त झाल्यावर त्यांना काही मिळवण्याचे वा जाणण्याचे उरत नाही. त्यानंतर भक्त आनंदासाठी हा खेळ असाच खेळतो, जसा एखादा अज्ञानी खेळतो. फरक इतकाच की, भक्त जागृतीमध्ये, कशातही गुंतून न पडता खेळतो; तर अज्ञानी त्यात आसक्त होतो. उदाहरणार्थ, लहान मुले बाहुला- बाहुलीचे लग्न लावतात. त्या वेळी ते मोठ्या माणसांप्रमाणे चिंता करतात, धावपळ करतात आणि सर्व व्यवस्था करतात. आपल्या खेळात ते मोठ्यांनाही सहभागी करून घेतात. हा खेळ आहे हे मोठे जाणून असतात, तरी लहान मुलांच्या भावना जपण्यासाठी खरे लग्न असल्यासारखे गंभीरपणे त्यात सहभाग घेतात. खेळातला भटजी त्याचे काम करत असतो. वरपक्ष व वधूपक्ष आपापली भूमिका निभावत असतात. लहान मुले या खेळात पूर्णपणे आसक्त असतात. लहानसहान गोष्टींवरून भांडणेही करतात. मोठी माणसे मात्र या खेळाचा फक्त आनंद घेत असतात.

एका अज्ञानीच्या व एका आत्मज्ञानी भक्ताच्या या जगातील उपस्थितीमध्ये हाच फरक असतो. अज्ञानी माणूस हा जीवनरूपी खेळ सुख-दुःख, आसक्ती,

आशा-निराशा, चिंता, तणावाच्या भोवऱ्यात अडकून रडत-रखडत खेळतो. तोच खेळ ज्ञानी माणूस संपूर्ण आनंदाने भक्तिभावात रंगून खेळतो.

प्रभु श्रीराम सर्वज्ञाता आहेत... भूत, भविष्य व वर्तमान त्यांच्या हातातील कठपुतळ्या आहेत... ते एखाद्या सर्वसामान्य माणसाप्रमाणे स्वतःच्या पत्नीला शोधत आहेत... ही लीलाच आहे! ते दुःखी होण्याचा अभिनय करतात; जेणेकरून त्यांच्या जीवनचरित्रावरून व महान कार्यापासून लोक शिकतील. श्रीरामांसारखे महापुरुष इतके कष्ट असूनही मर्यादा, सत्य, धर्म, साहस, शरणागत, वात्सल्य, वचनबद्धता यांसारख्या गुणांचे पालन करतात, तर आपण का करू नये, हे लोकांना समजेल. स्वतःचे कर्तव्य पार पाडण्यासाठी ते महालातील सुखांचा क्षणात त्याग करू शकतात, तर आपणही मायावी झगमगाटात न अडकता, सुखसुविधांवर अवलंबून न राहता आपली कर्तव्ये पूर्ण करत संतुलित जीवन जगू शकतो.

भक्त शबरीही याच भावनेने श्रीरामाच्या लीलेत सहयोग करत होती आणि त्यांना पुढचा मार्ग दाखवत होती. भक्त व भगवान दोघेही या खेळात आपापली भूमिका निभावत होते.

शबरीची महासमाधी

शेवटी शबरीने श्रीरामांना वानरराज सुग्रीवशी मैत्री करण्याचा सल्ला दिला. त्यावर श्रीराम म्हणाले, ‘‘आता मला जाण्याची परवानगी दे!’’

तेव्हा शबरीने त्यांना निवेदन दिले – ‘‘हे प्रभू! तुमचे दर्शन झाले... माझ्या जीवनाचा उद्देश पूर्ण झाला. आता मला या नश्वर देहाचा त्याग करून तुमच्या दिव्य ज्योतीमध्ये स्वतःला विलीन करण्याची इच्छा आहे. मी तुम्हांला जाताना पाहू शकणार नाही. तुम्ही माझ्यासमोर जसे आलात तसे दृश्य माझ्या मनात राहावे, असे मला वाटते. म्हणून मी ध्यानासाठी बसते. नंतर काही वेळाने तुम्ही जा.’’

शबरी ध्यानासाठी बसल्यावर श्रीराम लक्ष्मणाबरोबर तिथून निघून गेले. काही वेळाने शबरीने डोळे उघडले. श्रीराम आपल्या जीवनात आले होते, हे दृश्य स्मरणात ठेवून काही दिवसांनी शबरीने गुरू मातंग ऋषींप्रमाणेच आनंदाने महासमाधीची घोषणा केली आणि समाधीत विलीन झाली.

जगाची लीला अशीच सुरू आहे. एकच चेतना आहे जिला आपण ऊर्जा,

परमचैतन्य, सेल्फ, युनिवर्सल आय (वैश्विक मी) ईश्वर, अल्ला म्हणू शकतो. सर्व काही त्याच्यापासून निर्माण होत आहे व आपापली भूमिका वठवून पुन्हा त्यातच विलीन होत आहे. ईश्वर व त्याची लीला अनुभवाने समजणे, नंतर पूर्ण जागृतीने आपली भूमिका पार पाडणे, हेच अध्यात्माचे एकमेव उद्दिष्ट आहे.

शबरीसारख्या भक्तांची भूमिका फक्त ज्ञान प्राप्त करण्यासाठी नसते, तर आपल्या अभिव्यक्तीद्वारे इतरांना जागृत करणे हीसुद्धा असते. या पुस्तकाच्या माध्यमातून शबरीचे दिव्यचरित्र वाचून, न जाणो किती वाचकांच्या मनात अशी प्रार्थना उमटली असेल... 'हे ईश्वरा! आम्हांलाही शबरीसारखी भक्ती दे... सेवाभाव दे... आमच्यावरही अशी कृपा कर!' अनेक जणांच्या हृदयात अशी शुभभावना जागृत करणे, स्वतःच्या चारित्र्यावरून त्यांची भक्ती वाढवणे ही एक अशी निःस्वार्थ सेवा आहे, जी शबरी आजमितीलाही करत आहे.

•••

खंड – २

सर्वोच्च ज्ञानाच्या कणांचे सार

ईश्वर सौंदर्य पाहत नाही

खूप कमी लोक हे जाणतात

बुद्धीचा खेळ अहंकार वाढवतो व भक्ती अहंकाराचे बलिदान मागते. तुम्हांला खरा भक्त व्हायचे असेल तर आपला बुद्धिविलासाने भरलेला मस्तकरूपी घडा रिकामा करून ईश्वराच्या ओढीने भरू द्या.

सौंदर्य म्हटले की कल्पनेत सुंदर चेहरा, कमनीय बांधा असे समाजाने निर्धारित केलेले मापदंड समोर येतात. उदाहरणार्थ, चित्रपटातील नट-नट्या. पण चेहरा, शरीराचा बांधा हा सौंदर्याचा मापदंड आहे का ? माणसासाठी असेल ; पण ईश्वरासाठी हा मापदंड नाही. ईश्वर सौंदर्यस्वरूप आहे. तो कुरूपता पाहत नाही. इतकेच नव्हे ; तर तो सौंदर्यही पाहत नाही. याच्याही पुढे जाऊन तो चेहराही पाहत नाही.

मग, ईश्वर काय पाहतो ? तो पाहतो माणसाचा स्वभाव ; म्हणजे त्याची आंतरिक स्थिती, गुण, विचार, इच्छा व त्याची वर्तणूक.

शबरी भिल्ल जातीच्या प्रमुखाची मुलगी होती, म्हणजे ती राजकुमारीच होती. दिसण्याच्या बाबतीत ती माणसाने बनवलेल्या मापदंडात बसत नव्हती. पण ईश्वराला जे आवडते, त्याची जी इच्छा आहे ती गोष्ट तिच्यात नक्कीच होती.

शबरी दिसायला सुंदर नसेना; पण तिचा चेहरासुद्धा तिच्यासाठी वरदान ठरला. कारण तिच्या चेहऱ्यावर सेवा, करुणा, धैर्य व क्षमाशीलता झळकत होती. तिचा चेहरा तिच्या स्वभावाचा आरसा होता. ती महान भक्त ठरली, तिच्या घरी खुद्द ईश्वर आले.

ईश्वराला शबरीसारखा स्वभाव असणारी माणसे प्रिय असतात. ईश्वराच्या दृष्टीने तेच माणसाचे सौंदर्य असते. ज्या माणसाच्या स्वभावात इतरांबद्दल प्रेम, करुणा, दया, सेवाभाव, समभाव, क्षमा, मंगल कामना असते, तो माणूस ईश्वराच्या दृष्टीने सुंदर असतो. ज्यांना जगाच्या दृष्टिकोनातून सुंदर दिसण्याची इच्छा असेल, लोकांनी स्तुती करावी, आपल्या सुंदर चेहऱ्याने व शरीराने प्रभावित व्हावे असे वाटत असेल, तर जसे जगत आहात तसेच जगत राहा. मेकअप करा, बाह्य व्यक्तिमत्त्व, दिसणे यावर लक्ष द्या. पण एक गोष्ट लक्षात ठेवा, की ही गोष्ट जास्त दिवस टिकणार नाही.

एकदा एकाच्या घरी त्याचा जवळचा नातेवाईक एक दिवसासाठी राहायला गेला. घर खूप स्वच्छ होते. प्रत्येक वस्तू व्यवस्थित जागेवर ठेवलेली होती. किमती वस्तू, पेंटिंग, घरातील फर्निचर खूप सुंदर होते. त्याने घराची खूप स्तुती केली. दुसऱ्या दिवशी तो निघून गेला. जाता-जाता त्याच्या मनात आले, 'आपलंही घर असंच असतं तर...!'

त्या नातेवाइकाचे त्या शहरात पुन्हा काही काम निघाले आणि त्याला काही दिवसांसाठी पुन्हा त्या घरी राहावे लागले. हळूहळू त्याच्या लक्षात येऊ लागले, की त्या घरात खूप अडचणी होत्या, भिंतींना ओल आली होती, प्लास्टर निघाले होते, त्यावर पेंटिंग्ज लावून ते झाकले होते. फर्निचरला वाळवी लागली होती. नळ गळत होते. ड्रेनेजमध्येही काही समस्या होती. जागोजागी खूप कचरा होता. पाहुणे येणार असतील तेव्हा या गोष्टी लपवल्या जात होत्या.

या वेळी मात्र तो नातेवाईक विचार करू लागला... 'हे लोक अशा घरात राहू कसे शकतात? मी तर राहूच शकणार नाही.' बाह्य रूप व चेहरा याचा प्रभाव पहिल्यांदा पडतो. पण तब्येत ठीक नसेल तर लवकरच तो प्रभाव नाहीसा होतो. म्हणूनच म्हटले आहे, 'कुरूप माणूस कुरूप नाही जर

त्याचा स्वभाव चांगला असेल आणि सुंदर माणूस सुंदर नाही जर त्याचा स्वभाव वाईट असेल. म्हणून स्वभाव, सवयी यावर काम करणे महत्त्वाचे आहे.'

आपले शरीर ईश्वराचे मंदिर आहे. ते त्याप्रमाणे सांभाळायचे आहे. ईश्वराला आवडणाऱ्या गुणांचा विकास शरीरात व्हायला हवा. ज्याची भक्ती करायला आपण सुरुवात करतो त्याचे गुण आपल्यात येऊ लागतात. प्रेम, करुणा, साहस, धैर्य, क्षमाशीलता, शांती, संतुष्टता येऊ लागते. ईश्वराला जे आवडते, तेच त्याच्या भक्ताला आवडते. असे लोक इतरांना काय आवडते यात फसत नाहीत.

राणी परमहिसीचे सौंदर्य अनुपम होते. परंतु भक्ती करण्यामध्ये तिला त्या रूपाचा अडथळा येत होता. सौंदर्यामुळे ती संत लोकांचा सत्संग करू शकत नव्हती. जो गुण इतर स्त्रियांना वरदान वाटतो तो तिला अभिशाप वाटू लागला होता. कारण त्या गुणाचा तिच्या स्वभावाशी ताळमेळ जुळत नव्हता. म्हणून तिने प्रार्थना केली... 'हे ईश्वरा! भक्तीत अडथळा आणणारे रूप पुढच्या जन्मी मला देऊ नकोस. मला कुरूप बनव!'

त्याचप्रमाणे भक्त व साधू-संन्यासी स्वतःबरोबर जास्त सामान घेत नाहीत; कारण त्या सामानाची चिंता लागते, ते नीट सांभाळावे लागते. जी गोष्ट भक्तीमध्ये अडथळा आणते, वेळ वाया घालवते, ती भलेही जगाच्या दृष्टीने चांगली असो; पण ती बाधा असते.

खऱ्या भक्ताने अशी प्रार्थना करायला हवी – 'हे प्रभू! माझ्यात असे गुण येऊ देत ज्यामुळे भक्ती - ज्ञान वाढेल, सत्संगाचा लाभ होईल. तुला प्रिय असणारा स्वभाव दे! मी सत्संगाला जाऊ शकेन, ऐकू शकेन, सेवा करू शकेन, ईश्वरीय गुणांची स्तुती करू शकेन, असे जीवन दे!''

ज्यांना आपला चेहरा, बांधा याबाबत समस्या आहे, जे याबाबतीत स्वतःच्या न्यूनत्वामुळे ग्रासून जीवनाविषयी अनास्था बाळगतात, त्यांना ही समज प्राप्त करणे आवश्यक आहे. त्यांना वाटते, आपण दिसायला चांगले नाही. पण त्यांना समजत नाही, की किती मोठी संधी ते वाया घालवत आहेत; तेही वृद्ध होऊन मातीत मिसळून जाणाऱ्या अस्थायी शरीरासाठी! शरीरामागे धावून ते नकारात्मक वृत्ती स्वीकारतात. या वृत्ती मृत्यूनंतरही त्यांच्याबरोबर जातील व पुढील जीवनातही

अशीच हीन भावना जाणवत राहते.

खऱ्या सौंदर्याची ओळख नसेल तर अशीच प्रार्थना केली जाईल... 'हे ईश्वरा! पुढच्या वेळी मला सुंदर बनव!''

जरा विचार करा, तुम्ही ईश्वराकडे किती काही चांगले मागू शकता. उदाहरणार्थ, 'तुला प्रिय वाटणारा असा स्वभाव होऊ दे! मी शबरीसारखे व्हावे, माझ्या जीवनात रामाचे आगमन व्हावे.' पण असे होत नाही. नश्वर शरीराच्या मागे लागून माणूस ही संधी घालवून बसतो.

ईश्वराला स्वभाव प्रिय असतो. तो तुमचा स्वभाव पाहून येईल किंवा स्वभाव बदलण्यासाठी येईल. तुमचा स्वभाव बदलत आहे का, याकडे लक्ष द्या. फक्त सौंदर्यात अडकून राहू नका; तर स्वभावाकडे लक्ष द्या. सुंदर चेहरा मिळाला असेल तर ते वरदान समजा; आणि सुंदर चेहरा मिळाला नसेल तर तेही वरदान आहे, हे सत्य समजून घ्या व स्वभावावर काम करा. दोन्ही परिस्थितीत स्वभावावरच काम करायचे आहे. कारण खरी संपत्ती तीच आहे, ते खरे वरदान आहे व ते कायम आपल्याबरोबर राहील.

असे शरीर का मिळाले? उंची अशी का आहे? अशा कुळात का जन्म झाला? अशी जात का आहे? यावरून रडतकुढत जगायचे नाही; तर परिस्थिती कोणतीही असली तरी स्वभावावर कार्य करायचे आहे. शबरीने हेच केले.

•••

२०

प्रतीक्षा, परीक्षा व समीक्षा सार

उद्दिष्टाकडे लक्ष घ्या

मनाच्या सकारात्मक शक्ती जागृत करण्यासाठी साधनेद्वारे ते भक्तियुक्त करा, विश्वासाने भरा व अहंकार काढून टाका.

घर सोडल्यावर शबरी दंडकारण्यात गेली. तिथे तिला तीन 'क्षा' असणारे जीवनसार मिळाले. ते धारण करून तिला श्रीरामकृपा प्राप्त झाली. विभीषणाला लंकेमध्ये हे तीन जीवनसार मिळाले, ते त्यांनी धारण केले. त्यानंतर लंका सोडली आणि ते श्रीरामकृपेस पात्र झाले. प्रत्येक भक्ताचा स्वभाव वेगळा असतो, परिस्थिती वेगळी असते; पण त्यांचे उद्दिष्ट एकसारखे असते. ईश्वरप्राप्ती म्हणजे आत्मज्ञान प्राप्त करणे, आत्मसाक्षात्कारी होणे हे त्यांचे उद्दिष्ट असते. उद्दिष्ट साध्य करण्यासाठी त्यांनी तीन सार ग्रहण करणे आवश्यक असते. ते याप्रमाणे :

प्रतीक्षा

मातंग ऋषींनी अंतिम क्षणी हे सार शबरीला दिले. त्यांचा शेवटचा संदेश होता – 'तू धैर्याने श्रीरामांची प्रतीक्षा कर!' गुरुआज्ञा समजून शबरीने हा संदेश ग्रहण केला व शेवटच्या क्षणापर्यंत याचे पालन केले आणि त्याचे फळ तिला मिळाले.

धैर्याने वाट पाहणे, तेही कोणतीही शंका मनात न आणता, व्याकूळ न होता हे सोपे नाही! धैर्याने प्रतीक्षा केली तर जीवनसंगीत बिघडत नाही. प्रतीक्षा करताना मन व्याकूळ होते, निराश होते किंवा संशयी होते तेव्हा जीवनसंगीत बिघडते. शबरीचा गुरुवचनावर इतका विश्वास होता, की तिने धैर्याने व विश्वासाने प्रतीक्षा केली.

दुसरीकडे विभीषणाने लंकेत असुरी प्रवृत्तींबरोबर राहूनही श्रीरामकृपा होण्यासाठी दीर्घ काळ वाट पाहिली. त्यात व्याकूळता, बेचैनी नव्हती. पूर्ण विश्वासाने व निष्ठेने ते भक्ती करत होते, सत्कार्य करत होते.

आपणही कशाचीतरी प्रतीक्षा करत असतो. ती कशी पूर्ण करतो? व्याकूळ होऊन, अधीरतेने, आशा-निराशेच्या भोवऱ्यात वारंवार फिरून, का शबरी व विभीषण यांच्याप्रमाणे एकनिष्ठतेने पूर्ण विश्वास ठेवून?

लोक ईश्वराची भक्ती करतात, प्रार्थना करतात, नवस बोलतात; पण त्यांच्याकडून प्रार्थना पूर्ण होण्याची वाट पाहणेही नीट होत नाही. अधूनमधून मनात शंका येऊ लागते... 'ईश्वर माझी प्रार्थना पूर्ण करेल का... का मी दुसऱ्या ईश्वराला प्रार्थना करू? अमुक एक जण त्या मंदिरात जाऊन आला, गंगेत स्नान करून आला आणि त्याची प्रार्थना पूर्ण झाली...''

लोकही सल्ले देतात – 'सोळा सोमवारचे व्रत करून काही होत नाही. मंगळवारी हनुमानाच्या मंदिरात जा, तेव्हाच तुझे भले होईल. आमचे भले त्यामुळेच झाले.' असा सल्ला ऐकून माणसाच्या मनात लोभ निर्माण होतो आणि वाट न बघता तो मार्ग बदलतो. त्याच्या लक्षात येत नाही, की जे काही मिळते ते एकाच स्रोताकडून येत असते. कुठून प्राप्त होते? हा प्रश्न नाही. ते प्राप्त करण्यासाठी आपण किती तयार आहोत? आपली पात्रता किती आहे? आपला विश्वास, ग्रहणशीलता किती आहे? वाट पाहण्यात किती खरेपणा, विश्वास, प्रेम आहे? म्हणून प्रतीक्षा करताना मन उलटसुलट विचार करू लागले तर त्याला समजवा... 'माझी प्रतीक्षा शबरी, विभीषण यांच्यासारखी आहे का? माझा विश्वास, सेवा शबरी आणि विभीषण यांच्या स्तरावरची आहे का? असेल तर प्रतीक्षेचे फळ निश्चित मिळेल! कोणत्या ना कोणत्या रूपात रामाची कृपा निश्चित होईल!'

उद्दिष्ट दमदार असेल तर प्रतीक्षेला बळ मिळते. आजच्या युगातील एक मोठी समस्या अशी आहे की, तरुणांचे मन माकडाप्रमाणे या फांदीवरून त्या फांदीवर

उड्या मारत असते. आज एखादी गोष्ट करतील तर उद्या दुसऱ्या कोणाचे ऐकून त्याप्रमाणे करतील. त्यांचे उद्दिष्ट घटकेत बदलते. त्यामुळे उद्दिष्टपूर्तीची प्रतीक्षा त्यांच्याकडून होत नाही. उद्दिष्ट ठाम नसेल तर अनेक प्रकारच्या मनोरंजनांमध्ये ते अडकत राहतात. एखादे उद्दिष्ट प्राप्त करण्याची प्रबळ इच्छा असेल, आणि ती बाकी गोष्टी विसरायला लावत असेल, तर भरकटण्याचा धोका नसतो. प्रतीक्षा करणेही आनंददायी होते. म्हणून उद्दिष्ट दमदार ठेवा, धैर्याने व चांगले वागून प्रतीक्षा करा.

आता दुसरे सार समजून घेऊ.

परीक्षा

प्रतीक्षा करताना परीक्षाही खूप द्याव्या लागतात. उद्दिष्ट असे सहजासहजी प्राप्त होत नाही. शबरीलाही परीक्षा द्यावी लागली. ती रोज रामाच्या स्वागताची तयारी करून ठेवत असे. परंतु संध्याकाळ झाली तरी राम येत नव्हते. आजूबाजूचे लोक तिची चेष्टा करत होते... 'हीच एक भिल्लीण आहे, जिच्या घरी श्रीराम येणार आहेत! असे कधी होईल का? ही तर वेडी झाली आहे.' पण शबरी त्यांच्या टोमण्यांकडे दुर्लक्ष करून फक्त आपल्या उद्दिष्टावर लक्ष केंद्रित करत होती. दुसऱ्या दिवशी पुन्हा तेवढ्याच उत्साहाने श्रीरामांच्या आगमनाची तयारी करून ठेवत होती.

विभीषणाची भेट हनुमानाशी झाली तेव्हा त्यांच्या प्रतीक्षेला हनुमानाने दिशा दिली. त्यांनी श्रीरामांना शरण जाण्याचा सल्ला दिला. विभीषणालाही खूप परीक्षा द्याव्या लागल्या. हे भयंकर युद्ध टळावे, रावणाची विवेकबुद्धी जागी व्हावी आणि त्याने सीतामातेला सन्मानाने परत पाठवावे, अशी श्रीरामांचीही इच्छा होती. विभीषणालाही हेच हवे होते.

रावणाला सद्बुद्धी व्हावी व लंकेचा सर्वनाश टळावा, असेच त्यांनाही वाटत होते. त्यासाठी त्यांनी खूप प्रयत्न केले, अपमान सहन केला; पण सत्याप्रति असणारी त्यांची निष्ठा कधी बदलली नाही.

उद्दिष्ट दमदार असेल तर माणूस हसत-हसत परीक्षा देतो. अध्यात्मात हीच गोष्ट लागू पडते. भक्ती प्रबळ असेल, इष्ट देवतेवर अतूट विश्वास असेल, तर भक्त मोठमोठ्या परीक्षासुद्धा पार पाडू शकतो. भक्त मीरा, भक्त प्रल्हाद याचे उदाहरण आहेत. त्यांनी मोठमोठ्या अडचणींवर संकटांवर हसत-हसत मात केली.

समीक्षा

समीक्षा म्हणजे निरीक्षण, आढावा घेणे, पडताळून पाहणे, पुनःदर्शन करणे; म्हणजे गोष्टींचे चांगले निरीक्षण करून विश्लेषण करणे, त्याचा आढावा घेऊन चांगले- वाईट पैलू समजून घेऊन योग्य निवड करणे. हे सार माणसाच्या अंतर्मनापर्यंत पोहोचले तर माणूस कधी चूक करणार नाही, चुकीचे निर्णय घेणार नाही. त्याचे प्रत्येक काम, निवड योग्यच असेल.

शबरीनेही बोरांची समीक्षा केली आणि चांगली बोरे श्रीरामांना अर्पण केली. विभीषणाने योग्य-अयोग्य काय, याची समीक्षा करून योग्य पक्ष निवडला. त्या पक्षाबरोबर दृढतेने उभे राहिले. आपल्यालाही प्रत्येक पावलागणिक समीक्षा करून योग्य दिशेला जायला हवे. विचार, कर्म, निर्णय योग्य असायला हवेत व योग्य मार्गाने पुढे जायला हवे.

शबरीने वाईट बोरे फेकून दिली व गोड बोरे स्वतः न खाता श्रीरामांना अर्पण केली. आपणही वाईट कर्मे न करता चांगली कर्मे करायला हवीत, त्याचा कर्ताभाव घेता कामा नये. चांगल्या कर्मांची फळे ईश्वराला समर्पित करून पुढे जायचे आहे. 'करवून घेणाराही ईश्वर, करणाराही ईश्वर आणि जे फळ मिळते तेही ईश्वरालाच समर्पित... माझे काही नाही!' या भावनेत सतत राहायचे आहे.

कर्माच्या काही फळाने माणूस सुखावतो. कारण त्याची त्याबद्दल प्रशंसा होते, श्रेय मिळते. त्याला वाटते... 'यात मी परिश्रम केले आहेत, माझे प्रयास आहेत, त्यामुळे मला हे प्राप्त झाले आहे.' हे 'मी केले' असे सुख देणारे फळ माणूस समर्पित करू शकत नाही. स्वतःकडे कर्तेपण न घेणे त्याला अवघड वाटते. परंतु साधना करता-करता अशी सुख देणारी, मनाला बांधून ठेवणारी फळे तो ओळखू लागतो. ही फळे ईश्वराला समर्पित करायची आहेत, हे त्याच्या लक्षात येते.

चांगली-वाईट फळे समर्पित केल्यामुळे कर्मफळातून आपण वाचतो. आपल्या अहंकाराला खाद्य न मिळाल्याने तो मोठा होत नाही; उलट, तो समर्पित होतो.

अशा प्रकारे हे तीन 'क्षा' असणारे सार ग्रहण करून उद्दिष्ट प्राप्त करायचे आहे.

•••

मननाने योग्य सार प्राप्त करण्याची कला

हंस होऊन मोती निवडा

जे लोक तार्किक (बौद्धिक) गोष्टींपासून दूर होऊन अतार्किक (हृदयाची) गोष्टी समजून घेतात, ते भक्तिभावनेत विलीन होऊन समर्पित जीवन जगतात.

माणूस जन्माला आल्यावर पहिल्यांदा डोळे उघडतो तेव्हापासून तो आपल्या आजूबाजूला असलेल्या गोष्टी व वातावरण पाहून आपल्या समजेनुसार त्याचे सार म्हणजे अर्क आपल्या अंतर्मनात साठवून ठेवतो; हा त्याचा स्वभाव असतो.

एखाद्या कुटुंबात पशूला मारून खात असतील तर त्या घरात जन्माला आलेला मुलगा तेच सार ग्रहण करेल, की पशू हेच आपले अन्न आहे. त्यामुळे मोठे झाल्यावर त्याला पशुहत्या करताना काही त्रास होणार नाही. त्याउलट, शाकाहारी कुटुंबात जन्मलेला मुलगा पशूंमध्येही चेतना पाहील व आयुष्यभर असेच जगेल. गोष्टी पाहून, समजून घेऊन, त्याचे सार ग्रहण करून आपल्या अंतर्मनात साठवणे ही माणसाची सहज क्रिया आहे. ती बेहोशीत होत असते. बेहोशीमुळे चुकीचे सार

प्रहण केले जाते, त्यामुळे जीवनात अज्ञान, त्रस्तपणा, दुःख, चिंता व तणाव येतात.

पूर्ण सजगतेने सचेतन राहून सार प्रहण करायचे आहे. उदाहरणार्थ, अध्यात्माचे सार, कर्माचे सार, भक्तीचे सार, सजगतेचे सार, जीवन-मृत्यूचे सार सावध राहून, सजगतापूर्वक प्रहण करून अंतर्मनापर्यंत पोहोचवायचे आहे. कारण ज्या गोष्टी आपल्या अंतर्मनापर्यंत पोहोचतात त्या सिद्धान्त (सूत्र) बनतात. त्यानुसार आपले जीवन सुरू राहते आणि तशाच गोष्टी जीवनात आकर्षित होतात. तेच सार आपला स्वभाव बनते.

ज्याप्रमाणे हंस मोती टिपतो त्याप्रमाणे आपणही योग्य साराची सजगतेने निवड करून अंतर्मनापर्यंत पोहोचवायचे आहे. म्हणून काही सार्थक, अर्थपूर्ण गोष्टींचे, आचरण वारंवार करायचे आहे. कारण ज्या गोष्टी वारंवार केल्या जातात त्या अंतर्मनात पोहोचतात व साठवल्या जातात.

डोळे कधी उघडतात? तसे पाहिले तर माणूस डोळे उघडताच शिकू लागतो. पण, कोणते डोळे? हे जाणणे अत्यंत गरजेचे आहे. वासराचा जन्म झाला की काही तासांतच त्याचे डोळे उघडतात. कोकरू जन्माला आले की कित्येक तासांनी त्याचे डोळे उघडतात. मांजराच्या पिल्लांचे डोळे जन्मल्यानंतर अनेक दिवसांनंतर उघडतात. मानवी मूल जन्माला येते तेव्हा त्याचे डोळे कधी उघडतात? तो पाहू लागतो तेव्हा? नाही... माणूस सजगतेने जगू लागतो व योग्य सार घेऊ लागतो तेव्हा. आत्मसाक्षात्कारानंतर त्याचे डोळे पूर्णपणे उघडतात. म्हणजे, वास्तवात आपण कोण आहोत, याची खरी ओळख झाल्यानंतर व तो ईश्वरापासून, चेतनेपासून वेगळा नाही हे समजल्यानंतर, खऱ्या अर्थाने डोळे उघडतात.

तुम्हांला आकर्षित करून घेण्यासाठी मायेत राहून लोक आपापल्या पद्धतीने जाहिरात करणारच! अध्यात्माच्या नावावर मायेचा खेळही सुरू राहणार! त्वरित यशप्राप्तीसाठी, मुक्तीसाठीसुद्धा सोपा मार्ग दाखवणार! उदाहरणार्थ, असे घडले तर... या नदीत स्नान केले तर... या मंदिरात गेलात तर मुक्ती मिळेल.

या दिवशी अमुक रंगाचे कपडे घाला, या भाग्यांकावर काम करा, घरातील अमुक कोपऱ्यात अशी मूर्ती ठेवा, अमुक दिवशी हे कर्मकांड करा; तर तुमचे जीवन सुखकर होईल, तुमचे चक्षू उघडतील आणि तुम्हांला मोक्ष मिळेल. या सर्व गोष्टी मोहक वाटतात, तो सोपा व सहज मार्ग वाटतो. इतके सोपे आहे असे भासते.

स्वतःवर काम केले नाही तरी मोक्ष मिळेल, असे वाटते. पण सत्य काय आहे? ते तर डोळे उघडून सार ग्रहण केल्यावर समजेल.

एक माणूस पत्नीला स्वयंपाकात मदत करत होता. त्याला यात त्रासही होत होता. आयते जेवण मिळाले तर किती छान होईल, असे त्याला वाटत होते. तेवढ्यात बाहेरून सामान विकणाऱ्याचा आवाज ऐकू आला... 'फक्त १५०० रुपयांत आयुष्यभर बसून खा!' हे शब्द कानांवर पडताच त्याला खूप आनंद झाला. त्याला हेच हवे होते. आयुष्यात काहीतरी सोपा मार्ग मिळावा, ज्यात कमी गुंतवणूक व मोठा फायदा होईल, अशी त्याची इच्छा होती.

तो धावतच बाहेर गेला आणि थोड्या वेळाने विक्रेत्याला शिव्या देत परत आला.

पत्नीने विचारले, ''काय झाले?''

पतीने उत्तर दिले – ''किती धोकेबाज होता! आयुष्यभर बसून खाण्याच्या गोष्टी करत होता. पण लक्षात आले, की तो खुर्ची विकत होता... तीही १५०० रुपयांना. खुर्ची इतकी महाग असते का?''

मायेची जाहिरात करण्याची पद्धत अशीच असते. ती नेहमी माणसाला फसवण्याच्या प्रयत्नात असते. पण सत्याचा संदेशही मिळत असतो. जगात दोन्ही गोष्टी उपलब्ध आहेत. दोन्हीतील फरक मात्र समजायला हवा. तुम्ही न फसता सत्य ओळखायला शिका. मायेच्या जाळ्यात फसू नये यासाठी योग्य सार लक्षात यायला हवे. त्या सारानुसार सिद्धान्त बनवून जीवन जगायचे आहे.

मननाद्वारे योग्य सार प्राप्त करा

ज्ञानाचे कण पकडून योग्य सार प्राप्त करण्याची सुरुवात करा. त्यापासून मोती बनवा. ज्ञानाच्या कणांवर मनन केले तर ते मोती बनतात. जीवनात त्याचा उपयोग होतो. मोत्यांची चमक, त्याचे तरंग आपले शरीर, मन व बुद्धी यांवर काम करतात. ज्ञानाच्या तीन कणांवर मनन करून त्याचे मोती बनवा व ते जीवनात धारण करा.

माणसाच्या मनात लोभ जागृत होतो तेव्हा तो प्रामाणिक राहत नाही. लोभ माणसाला खाऊन टाकतो, हे कायम लक्षात ठेवा. म्हणून कधी मनात लोभ निर्माण झाल्याचे जाणवेल तेव्हा लगेच स्वतःला आठवण करा, की आता मी अप्रामाणिक होण्याची पूर्ण शक्यता आहे. अशी जागृतता असेल तर लोभ नाहीसा होईल व अप्रामाणिक होण्यापासून वाचाल. चेतना जागृत असेल तर माणूस समोर असलेले मोठे मोहसुद्धा टाळतो; पण लहानसहान लोभात अडकतो.

दिवसभरात माणूस किती लहानसहान लोभात अडकतो? खाण्या-पिण्यात, लोकांशी वागण्यात, पैसा कमावण्यात, जास्त नफा मिळवण्याच्या नादात, जास्त कौतुक - श्रेय मिळवण्यात तो अडकतो. लोभ; मग तो कोणताही असो, एकदा जागृत झाला की जास्त प्राप्त करण्याच्या मोहात माणूस अप्रामाणिक होतो. थोड्या प्रमाणात असले तरी नुकसान होतेच. तो स्वभाव बनून जातो. ज्यांना ईश्वराच्या मार्गावर चालायचे आहे त्यांनी ईश्वराला प्रिय असणारा स्वभाव बाळगायला हवा. ईश्वराला प्रिय असणाऱ्या स्वभावात ना लोभाला जागा असते, ना अप्रामाणिकपणाला!

ईश्वराच्या प्रेमात कोणत्याही लोभापासून वाचवण्याची शक्ती असते.

आता ज्ञानाचा दुसरा कण जाणून घेऊ.

जे वय आहे त्यापेक्षा लहान दिसावे, असे माणसाला वाटते. वय कमी वाटावे म्हणून तो खूप प्रयत्न करतो. सुरकुत्या पडल्या तर त्या लपवण्याचा प्रयत्न करतो. केस पांढरे झाले तर काळे करतो. कोणत्याही मार्गाने तो वय लपवत राहतो. त्याचबरोबर माणसाची अजून एक इच्छा असते, की त्याची बुद्धी वाढावी; जेणेकरून इतरांपेक्षा वरचढ ठरावे. त्यासाठी तो व्हिटॅमीन घेतो, बदाम खातो. वय लपवण्याचे व बुद्धी वाढवण्याचे काम बाह्यतः होत असते. शरीराचे तारुण्य टिकून राहण्यासाठी काही खाल्ले जाते, ते जपले जाते. वास्तविक, कशावर काम व्हायला हवे? ज्ञानाच्या दुसऱ्या कणावर काम व्हायला हवे? त्यावर मनन करून, सार ग्रहण करून स्वभावात ते उतरवले पाहिजे.

- **दुसरा ज्ञानकण**

चिंता आयुष्य खाऊन टाकते आणि क्रोध बुद्धी खाऊन टाकतो. बाह्यतः तुम्ही कशाचेही जतन करा; पण चिंता करत असाल तर स्वस्थपणे जगू शकणार नाही. वयापेक्षा जास्त मोठे दिसाल. तरुण दिसण्याच्या भानगडीत न पडता चिंता करण्याच्या वृत्तीवर काम करा, चिंतामुक्त होण्याचा प्रयत्न करा. आयुष्य वाढवण्याची स्वस्थ, निरोगी, चपळ शरीर प्राप्त करण्याची ही सरळ, सोपी पद्धत आहे.

ज्याप्रमाणे चिंता आयुष्य कमी करते त्याप्रमाणे क्रोध बुद्धी भ्रष्ट करतो, खाऊन टाकतो. क्रोधावर नियंत्रण नसेल तर बुद्धिमान व्यक्तीसुद्धा विशिष्ट परिस्थितीत मूर्खांसारखे वागते; जणू एखादी मंदबुद्धी व्यक्ती हुशार व्यक्तीबरोबर वादविवाद करते. एखाद्या गोष्टीवरून हुशार माणसाचा अहंकार दुखावला जाऊन त्याला राग येतो. मग स्वतःची हुशारी विसरून तो मंदबुद्धी असणाऱ्या माणसाशी भांडतो, 'तुला माहीत नाही का, की मी कोण आहे? तू माझ्यासमोर काहीच नाही,' असे बरेच काही बोलत राहतो. त्यावर मंदबुद्धी माणूस जोरजोरात हसून म्हणतो, 'तू माझ्यासारखाच आहेस, हे मला सर्वांना दाखवून द्यायचे होते आणि तू स्वतःच ते सिद्ध करून दाखवलेस.'

आता तुम्हीच सांगा, दोघांमध्ये कोण मंदबुद्धी व कोण हुशार? क्रोध तुमच्या बुद्धीकडून असेच काम करवून घेतो, तसेच निर्णय घ्यायला भाग पाडतो, जे बुद्धिहीन व्यक्ती करते. नंतर तुम्हांला बुद्धिहीन माणसाप्रमाणेच या कर्माचे फळ मिळते. बुद्धिमान असूनही असे कर्मफळ भोगावे लागले तर अशा बुद्धीचा काय उपयोग?

तरुण दिसायचे असेल तर चिंता न करण्यावर काम करा. चिंता नसेल तर तुम्ही नेहमी तरुण व उत्साही राहाल; त्याचबरोबर बुद्धी तीव्र करायची असेल तर राग संपवायला हवा. त्यामुळे बुद्धी नेहमी तल्लख राहील, योग्य विचार करेल व योग्य निर्णय घेईल. म्हणून, जिथे चिंता व क्रोध यावर कार्य होत असेल अशा योग्य ज्ञान शिबिरात जा.

पुढच्या अध्यायात आपण तिसरा ज्ञानकण समजून घेऊ व त्यावर मनन करू.

••

अहंकार व समर्पण सार

भ्रमाचा पडदा दूर सारा, सत्य पाहा.

जेव्हा चेतना खालच्या पातळीवर जाते तेव्हा मन गुरू बनते. चेतना पुन्हा जागृत झाली तर हेच मन भक्त बनते.

आता तिसरा ज्ञानकण जाणून घेऊ.

अहंकार गुरूची शिकवण व ईश्वराची (सेल्फची) इच्छा खाऊन टाकतो.

या ज्ञानकणावर मनन करण्यापूर्वी 'अहंकार म्हणजे काय?' हे जाणून घेऊ.

एक ड्रॉईंग पेपर आहे. एका मुलाने त्याचा अर्धा भाग लाल रंगाने, तर दुसरा अर्धा भाग हिरव्या रंगाने रंगवला. लाल रंग व हिरवा रंग जिथे एकमेकांशी जोडले गेले तिथे पिवळ्या रंगाची रेष आली. पिवळा रंग त्याने वापरला नव्हता; तरीही तिथे पिवळा रंग आला. माणूस या कागदासारखा आहे. इथे हिरवा रंग प्रतीक आहे सेल्फचा म्हणजे आपली चेतना, स्रोत, आपल्या अंतरंगात विद्यमान असलेल्या ईश्वराचा; आणि लाल रंग प्रतीक आहे शरीराचा. जेव्हा चेतना शरीराशी जोडली जाते तेव्हा पिवळ्या रंगाचा अहंकार तयार होतो. हाच असतो मि. यलो म्हणजे व्यक्ती.

ड्रॉईंगच्या कागदावर पिवळा रंग नव्हता; पण लाल व हिरव्या रंगांमुळे तो आला. त्याप्रमाणे अहंकाराचे अस्तित्व नाही; पण सेल्फ व शरीर यांच्या जोडले

जाण्यामुळे तो येतो. अहंकार नसतो फक्त त्याच्या असण्याचा भ्रम तयार होतो. अहंकारामुळे व्यक्ती स्वतःचे वेगळे अस्तित्व मानते. इतरांपेक्षा, ईश्वरापेक्षा वेगळी अशी स्वतःची सत्ता, अस्तित्व समजतो. वास्तविक हा भ्रम आहे. सेल्फ शरीराचा वापर करून आपले कार्य करतो आणि अहंकार मात्र स्वतःला कर्ता मानतो. अहंकार सेल्फला नाकारून स्वतःला शरीराचा मालक व कर्ताकरविता समजू लागतो.

अहंकाराचा विशिष्ट गुण

स्वतःला चुकीचे न मानणे हे अहंकाराचे वैशिष्ट्य आहे. कितीही चुकीचे असले तरी काही ना काही तर्क लढवून स्वतःचेच खरे करतो. स्वतःचे बरोबर व इतरांचे चूक असे समजणे हा अहंकाराचा खास गुण आहे म्हणून तो गुरूची शिकवण खाऊन टाकतो.

अहंकार नाहीसा होण्याची शिकवण गुरू देतात. शरीरात विद्यमान असणाऱ्या सेल्फ (ईश्वर)ने अहंकारात न अडकता स्वतःची ओळख करून घेऊन 'स्व'वर स्थापित व्हावे, असे गुरू सांगतात. म्हणून अहंकार गुरूची शिकवण नाकारतो. कारण त्यात त्याचे नुकसान असते. त्याला झुकावे लागेल, तो चुकीचा आहे हे सिद्ध होईल, विलीन व्हावे लागेल.

शरीरात राहून उच्चतम उद्दिष्टाकडे जाणे ही सेल्फची इच्छा आहे. आत्मसाक्षात्कार प्राप्त करून त्या अवस्थेत राहून प्रपंचात अभिव्यक्ती करणे हे उच्चतम उद्दिष्ट आहे. यामुळेही अहंकाराला धोका निर्माण होतो. शरीरात ईश्वर जागृत झाला तर अहंकाराला मरावे लागते, म्हणून तो ईश्वराची उच्चतम इच्छा खाऊन टाकतो आणि शरीराद्वारे व्यक्तीच्या म्हणजे स्वतःच्या इच्छा पूर्ण करून घेतो. या कारणाने माणसाचे जीवन सुख-दुःख, आशा-निराशा व यश-अपयश यात अडकून राहते.

आध्यात्मिक मार्गावर चालणारे काही साधक अहंकारात अडकतात. सेल्फची इच्छा विसरून ते आपला अहंकार सुखवण्याच्या मागे लागतात.

शबरीच्या बाबतीत दंडकारण्यात असेच घडले. तिथे जे साधक, तपस्वी, साधू, संन्यासी होते, त्यांनी शबरीचा तिच्या जातीवरून अपमान केला. सांगायला

फक्त ते शास्त्रांचा अभ्यास करत होते. शास्त्रांत सांगितले होते, की सर्वांमध्ये एकच चैतन्य विराजमान असते, एकाच ऊर्जेतून सर्व निर्माण झाले आहे, म्हणून सर्व जण एकच आहेत. त्यांच्यात कोणताही फरक नाही. पण त्या साधकांच्या अहंकाराने त्यांना शबरीपेक्षा श्रेष्ठ घोषित केले. धर्मशास्त्रात लिहिलेल्या गोष्टी, गुरूंची शिकवण त्यांच्या अहंकारापुढे खोटी ठरली. चुकीचे असूनही ते स्वतःचेच बरोबर समजत होते आणि त्यांनी शबरीचा अनादर केला.

रावणाच्या अहंकारानेही त्याला इतरांपेक्षा श्रेष्ठ समजण्याची बुद्धी दिली. विभीषण व इतरांनीही त्याला समजावले, की सीतेचे हरण करणे चुकीचे आहे. सीतामातेला सन्मानाने परत पाठव व श्रीरामांबरोबर हातमिळवणी कर! पण अहंकारामुळे रावण स्वतःचेच खरे समजत होता. पूर्ण कुटुंब युद्धात भरडले जात असूनही त्याला सद्बुद्धी झाली नाही. रावण ज्ञानी होता. त्याने मोठमोठ्या धर्मशास्त्रांची रचना केली; पण अहंकार ज्ञानापेक्षा प्रभावी ठरला. अहंकार असेच करवून घेतो. तो डोळ्यांवर भ्रमाचा पडदा टाकतो व सत्य पाहू देत नाही. अहंकार स्वतःची सेवा करवून घेतो, इच्छा पूर्ण करवून घेतो, त्यामुळे सेल्फची इच्छा दबून राहते. ज्या शरीरात सेल्फची इच्छा पूर्ण होते ते शरीर प्रपंचात राहून, कार्ये करत आनंदात राहते.

अहंकाराला समर्पणाचा मार्ग दाखवा

जीवनात गुरूंची शिकवण उतरावी, सेल्फची उच्चतम इच्छा पूर्ण व्हावी, यासाठी अहंकारावर काम करणे, त्याला समर्पण शिकवणे गरजेचे आहे. इथे भक्तीची भूमिका महत्त्वाची आहे. अहंकाराला भक्ती प्राप्त होते तेव्हा तो समर्पण करणे शिकतो. भक्तीत समर्पित होऊन त्याचा रंग सोनेरी होतो. सोनेरी रंग असतो प्रकाशाचा, ज्ञानाचा व ऊर्जेचा!

अहंकार समर्पित होतो तेव्हा सेल्फ प्रकाशित होतो. भक्तीमुळे अहंकार समर्पित व्हायला शिकतो. त्याशिवाय दुसरा कोणताही मार्ग नाही. तुम्ही प्रपंचात पाहिले असेल लोक प्रेमामुळे समर्पित होतात, अहंकार विसरतात. प्रेम माणसांवर केले जाते तेव्हा अहंकार पुन्हा जागृत होण्याची शक्यता असते. पण, तेच प्रेम ईश्वरावर केले तर अहंकार हळूहळू विलीन होऊ लागतो. विशुद्ध प्रेम भक्ती बनते. भक्ती

अहंकाराला प्रिय असणारी गोष्ट समर्पित करवून घेते. बरेच जण भक्तीमुळे त्यांना प्रिय असणारी गोष्ट ईश्वराच्या नावे सोडून देतात. उदाहरणार्थ, एखादा स्वादिष्ट पदार्थ, एखादी सवय वगैरे....

'माझी अत्यंत प्रिय गोष्ट तुला समर्पित करतो', असे भक्तीत रममाण झालेली व्यक्तीच म्हणू शकते. शक्तीमुळे अशी समर्पणाची भावना वाढते. माणूस मोह, आसक्ती, दुर्गुण सोडू शकतो. जसजशी भक्तिभावना वाढते तसतसा माणूस 'मी'पणाही सोडून देतो, म्हणजे तो स्वतःलाही ईश्वराच्या हवाली करतो. शबरीने श्रीरामांना सेवा समर्पित केली; तर विभीषणाने आपली निष्ठा समर्पित केली. दोघांनीही सत्यासाठी आपल्या प्रियजनांच्या आसक्तीचा त्याग केला. शबरीने स्वतःचे सुखद व सुरक्षित असे भवितव्य त्यागले; तर विभीषणाने सोन्याच्या लंकेचा त्याग केला. दोघेही घरदार सोडून श्रीरामांना शरण गेले. विभीषण प्रत्यक्ष रूपात; तर शबरी की परोक्ष रूपाने!

त्या शरीरातील अहंकार सुवर्णमय झाला. गुरूंची शिकवण त्यांच्यात उतरली व सेल्फची इच्छा पूर्ण झाली. आता आपल्याला हे शोधायचे आहे, की कोणत्या गोष्टीत आपला मोह, आसक्ती आहे, जी आपल्याला भक्तीत बुडून जाण्यासाठी रोखून धरते. प्रथम तीच गोष्ट ईश्वराला समर्पित करून, सोनेरी म्हणजे परमसंतुष्टतेने भरलेले जीवन जगायचे आहे.

•••

सेवेचे सार

सेवेचा खरा फायदा

स्वतःला मी कोण आहे, हे जाणून कर्म केले जाते तेव्हा ते कर्म कर्तव्य राहत नाही ; उलट, भक्तीची अभिव्यक्ती होते.

एके दिवशी रस्त्यावर अपघात होऊन त्यात एक श्रीमंत माणूस व त्याचा ड्रायव्हर मरण पावला. यमदूत दोघांचे प्राण घेऊन न्याय देण्यासाठी चित्रगुप्ताकडे घेऊन गेला. चित्रगुप्ताने दोघांच्या कर्माचा हिशेब पाहिला व यमदूताला सांगितले, ''श्रीमंत माणसाला नरकात घेऊन जा आणि ड्रायव्हरला स्वर्गात!'' असा न्याय दिल्याने श्रीमंत माणूस नाराज झाला. तो चित्रगुप्ताशी वाद घालू लागला — ''नरकात का न्यायला सांगता ? तुम्हांला माहीत नाही का, की मी किती मोठा समाजसेवक होतो ? धर्मात्मा होतो ? सकाळ-संध्याकाळ दररोज मी एक तास पूजापाठ करत होतो. समाजासाठी मी खूप सेवाकार्य केले आहे. मोठमोठ्या धर्मशाळा बांधल्या, प्रसाद वाटले, जागरण - हवन केले. मला तर स्वर्गच मिळायला पाहिजे.''

यावर चित्रगुप्त म्हणाला, ''हो, इथे तुम्ही केलेल्या सेवाकार्याचा उल्लेख केला आहे. तुम्ही पूजापाठ केले हेही इथे लिहिलेले आहे. पण

याचे फळ तुम्हांला पृथ्वीवरच मिळाले आहे. आपल्यावर लक्ष्मीची कृपा असावी, वैभव - पद - प्रतिष्ठा टिकून राहावी, आपले कुटुंब सुरक्षित असावे, मुलाने आपले नाव उज्ज्वल करावे, यांसाठी तुम्ही पूजापाठ केले. धर्मशाळांच्या पाट्यांवर नाव लागावे, वर्तमानपत्रात तुमच्या नावाची चर्चा व्हावी, यासाठी तुम्ही धर्मशाळा बांधल्या. तुम्हांला लोकांनी परोपकारी समजावे, म्हणून तुम्ही प्रसाद वाटले. आपला मान-सन्मान, प्रतिष्ठा वाढावी, निवडणुकीला उभे राहिल्यावर लोकांनी आपल्यालाच मत द्यावे, अशी भावना त्यामागे होती. म्हणजे व्यक्तिगत लाभासाठी तुम्ही सेवाकार्य केले. त्याचा फायदा कोणत्या ना कोणत्या रूपात तुम्हांला मिळाला. तुम्ही केलेली कर्में निश्चितच पुण्यकर्में होती; आणि ज्या भावनेने ती केली त्याचे फळ तुम्हांला तिथेच मिळाले. तुमचा हिशेब पृथ्वीवरच पूर्ण झाला. आता इथे तुमची फक्त पापकर्में शिल्लक आहेत.

''तुम्ही पैसा कमावण्यासाठी भ्रष्टाचार केला, लोकांमध्ये भेदभाव केला, जिथे श्रेय मिळणार नव्हते तिथे सेवा केली नाही, ओळखीच्या गरजवंतांना मदत केली; पण अनोळखी लोकांना मदत केली नाही. कमावलेल्या पैशांचा टॅक्स भरला नाही. या सर्व पापकर्मांमुळे तुम्हांला नरकात जावे लागणार!''

हे ऐकून श्रीमंत माणसाला आश्चर्य वाटले! तो विचार करू लागला... 'हे भगवान! इतकी सेवा करून काय उपयोग झाला?... या ड्रायव्हरला का स्वर्ग मिळाला?... याने तर काहीच केले नाही. मी तर याला कोणतेही सेवाकार्य, पूजापाठ करताना पाहिले नाही!' हे ऐकून चित्रगुप्त हसू लागला व म्हणाला, ''सेवा बघण्यासाठीसुद्धा नजर पाहिजे. तुम्ही जागेवर बसून नुसते हुकूम सोडत होता... इकडे जाऊन धान्य पोहोचव, अमुक व्यवस्था बघ, अमुक ठिकाणी जाऊन ये... सर्व कामे तर ड्रायव्हरच करत होता. तुम्ही याच्याकडून मोबदला न देता खूप काम करवून घेतले.

''या बिचाऱ्याने ड्रायव्हरची नोकरी करण्याव्यतिरिक्त तुमची सर्व अतिरिक्त कामे विनामोबदला केली. कारण त्याला वाटे, आपल्याकडे पैसा नाही, तर कमीत कमी श्रमसेवा तरी करावी. या मागनि तरी कोणासाठी

काही करावे. असा विचार करून तो प्रत्येक वेळी तत्परतेने तुमच्यासाठी उभा राहिला. तुमच्याकडे जेवढी संपत्ती होती त्यातली पाच टक्के संपत्तीही तुम्ही सेवाकार्यासाठी खर्च केली नाही. पण याने, शक्य होते तितके शंभर टक्के, सेवाकार्यासाठी दिले. कित्येकदा आपल्या घासातील घास त्याने इतरांना दिला, तेसुद्धा कोणत्याही श्रेयाची - प्रशंसेची अपेक्षा न करता! त्याला जितका पगार मिळत होता त्यानुसार त्याने त्यावरचा टॅक्सही न चुकता भरला. त्याने स्वतःच्या जबाबदाऱ्या प्रामाणिकपणे पार पाडल्या. सर्वांकडे समभावनेने पाहिले. स्वतःच्या कुवतीनुसार त्याने सर्वांसाठी केले; पण कोणाला दाखवण्यासाठी, गवगवा व्हावा म्हणून केले नाही. अशा प्रकारे तुमचा ड्रायव्हर निष्काम व निःस्वार्थ सेवक आहे. या सेवेचे फळ म्हणून त्याला स्वर्ग मिळाला आहे.'' चित्रगुप्ताचे बोलणे ऐकून श्रीमंत माणूस गप्प बसला.

यमदूत श्रीमंत माणसाला नरकाकडे घेऊन जात असताना तो रडू लागला. त्यांना या अवस्थेत पाहून ड्रायव्हर म्हणाला, ''महाराज चित्रगुप्त! यांच्याऐवजी मी नरकात जाऊ शकतो का? माझ्याऐवजी त्यांना स्वर्ग मिळेल का? आयुष्यभर त्यांचे पूर्ण आयुष्य आरामात गेले आहे. त्यांना त्रास सहन करण्याची सवय नाही. त्यांना नरकातील त्रास सहन होणार नाही. माझे तसे नाही. कारण माझे आयुष्य त्रासातच गेले आहे. मला याची सवय आहे. मी नरक यातना भोगू शकेन.''

ड्रायव्हरचे बोलणे ऐकून श्रीमंत माणसाची अंतर्दृष्टी व बाह्यदृष्टी बदलली. त्यांचे डोळे उघडले... ते स्वप्न पाहत होते. स्वप्नामुळे त्यांच्या जीवनात परिवर्तन घडून आले. आज त्यांना त्यांच्या ड्रायव्हरच्या रूपात देवदूत दिसू लागला; त्याचबरोबर त्यांना सेवेची समज व सेवेचे सारही समजले.

सेवेचा योग्य मोबदला

सेवेच्या नावाखाली आज जगात हेच सुरू आहे. सेवेचे प्रदर्शन, त्यापासून व्यक्तिगत फायदा होण्यासाठी प्रयत्न सुरू असतात. १०० रुपये दान दिले तरी लोकांना वाटते, की इतरांना हे समजावे, त्यांची प्रशंसा व्हावी. जिथे सेवकांचा मान

सन्मान केला जातो, त्यांना मोठेपणा दिला जातो तिथे सेवकांची गर्दी जास्त असते. जिथे सेवकांना श्रेय मिळत नाही, त्यांच्या नावाची वाच्यता कुठे केली जात नाही, अशा ठिकाणी सेवकांची संख्या कमी असते. चार लोकांना समजलेच नाही, तर त्या सेवेचा, दानाचा फायदाच काय, असेही काही लोक म्हणतात.

श्रेयप्राप्तीअतिरिक्त सेवा करण्याचा दुसरा फायदा म्हणजे, पापांपासून मुक्ती व मरणोत्तर स्वर्गप्राप्ती, असे लोकांना वाटते. सेवाकार्य केल्यामुळे, चांगले काम केले तर केलेल्या पापांपासून सुटका होईल, स्वर्ग मिळेल. पण असे होत नाही. पापकर्मांची फळे वेगळी भोगावी लागतात आणि पुण्यकर्मांचे सुख वेगळे मिळते.

सेवेमुळे मानसन्मान, मोठेपणा, सुख, आनंद असे लाभ मिळतात, असे वाटते. प्रत्यक्षात मात्र ते लाभ नसून नुकसानच आहे. माणसाचा अहंकार समर्पित होऊन ईश्वरचरणी झुकावा, विलीन व्हावा, हा एकमेव लाभ सेवेतून मिळावा, याचसाठी सेवामार्ग आहे; नाहीतर ज्याची सेवा केली जाते त्याचा फायदा होतो. पण जो सेवा करतो त्याचा अहंकार वाढला तर त्याचे नुकसानच होते.

सेवकांनाही कधीकधी अहंकार जडतो. उदाहरणार्थ, 'मी अमुक केले', 'गुरुजी माझ्या सेवेमुळे खूश आहेत', 'त्यांनी मला सेवकांचा मुख्य म्हणून नेमले', 'माझ्या सेवेची चर्चा सगळीकडे होते' वगैरे... सेवेमुळे असा अहंकार वाढणार असेल तर सेवकाने सेवा करणे सोडून द्यावे. प्रथम समज प्राप्त करण्यावर भर द्यावा, सेवेचे खरे सार समजून घ्यावे, मगच सेवेच्या मैदानात उतरावे. जे सार शबरी, विभीषण व हनुमान यांना समजले ते सांगते, 'सेवा करताना सेवा दिसावी, सेवक नाही!'

सेवेमध्ये सेवा दिसावी, सेवक नाही!

सेवेचे मूळ सत्त्व हेच आहे. शबरी, विभीषण यांच्याप्रमाणे सेवा अशी व्हावी, की जिथे सेवा दिसावी, सेवक नाही! याचा अर्थ सेवकाच्या मनात सेवा केल्याचा काही फायदा मिळावा, अशी इच्छा नसावी. श्रेय घेण्याची, कर्तेपणाची भावना नसावी. ईश्वराचे कार्य समजून त्याने सेवा करावी. सेवेचे फळ त्याने ईश्वराला समर्पित करावे.

हनुमानाने मोठमोठी कार्ये पार पाडली. कोणी त्यांची स्तुती करत असे तेव्हा ते म्हणत, ''यात माझे काही कौशल्य नाही, शक्ती नाही. हे तर श्रीरामांच्या शक्तीने

व कृपेने होत आहे.''

विभीषणाने श्रीरामांबरोबर राहून त्यांना युद्धात जी मदत केली ती सेवा होती. कोणत्याही फळाची अपेक्षा न ठेवता त्यांनी सेवा केली. श्रीरामांनी त्यांना लंकेचा राजा होण्यास सांगितले तेव्हा त्यांनी ते नाकारले. नंतर श्रीरामांनी त्यांची समजूत घातली. लंकेच्या जनतेचे भले होण्याच्या उद्देशाने त्यांनी त्या पदाचा स्वीकार केला. विभीषण जाणून होते, की त्यांनी श्रीरामांना साथ दिली म्हणून त्यांची अपकिर्ती होणार... भावाची साथ सोडून शत्रुला जाऊन मिळाले म्हणून लोक दूषणे देणार... पण, कशाचीही चिंता न करता त्यांनी सत्याची व धर्माची कास धरली.

सेवेची अनेक रूपे आहेत. कोणतेही संकट आले तरी सत्याचा मार्ग न सोडणे हीसुद्धा ईश्वरसेवा आहे. प्रत्येक कार्याचे श्रेय ईश्वराला देणे, फक्त स्वतःपुरते नाही, तर सर्वांच्या कल्याणासाठी प्रार्थना करणे, सर्वांचे मंगल चिंतणे यासुद्धा सेवा आहेत. कोणाच्याही प्रति मनात हिंसा नसणे, सर्वांबद्दल करुणाभाव ठेवणे ही निसर्गाप्रति केलेली सर्वांत मोठी सेवा आहे.

स्वतःची जबाबदारी प्रामाणिकपणे ईश्वराचे कार्य समजून, स्वतःला त्याचा दास मानून पार पाडणे हीसुद्धा सेवा आहे. मनात सेवाभाव असेल तर केलेले कोणतेही कार्य सेवा ठरते.

वरील गोष्टीत सांगितल्याप्रमाणे श्रीमंत माणसाचा ड्रायव्हर सेवाभाव मनात ठेवून काम करत होता, उदरनिर्वाह करत होता. आपण सेवेचे हे सार अंगीकारून, प्रत्येक कार्य सेवा मानून शबरी बनायला हवे.

•••

भक्तीचे सार

ईश्वराची बासरी बना

भक्तीच्या परमावस्थेत परमज्ञान प्राप्त होते व परमज्ञानाची अवस्था प्राप्त करणे भक्तीशिवाय संभव नाही.

नयन नावाचा मुलगा एका कंपनीच्या रिसेप्शनमध्ये बसला होता. तिथे पाच वेगवेगळे टीव्ही सुरू होते. त्या पाचही टीव्हींचा रिमोट एकच होता. ते टीव्ही असे होते, की एकावर चित्रपट सुरू असे, तर दुसऱ्या टीव्हीवर आवाज, एका टीव्हीमधून दृश्याला अनुसरून सुगंध बाहेर येत असे. अशा प्रकारे पाच टीव्ही एकत्रितपणे 3D इफेक्ट (त्रिमिती दृश्य) देत होते.

नयनने रिमोट हातात घेतला आणि तो टीव्ही स्वतःच्या मनाप्रमाणे वापरू लागला. सुरुवातीला त्यावरची चित्रे पाहून त्याला खूप आनंद झाला. कारण ती त्याने त्याच्या मनासारखी लावली होती. नंतर मात्र काही वेगळेच घडू लागले. त्याने आवाज वाढवायचा प्रयत्न केला की ब्राइटनेस वाढायचा. चित्रपट पुढे घ्यायला लागला की तो पुन्हा पहिल्यापासून सुरू व्हायचा. त्याला वाटले... आधी तर व्यवस्थित सुरू होता... आता काय झाले? एकतर टीव्ही खराब असेल नाहीतर रिमोट!

वास्तविक दोन्हींमध्ये दोष नव्हता. त्याच्या रिमोटमुळे टीव्ही चालत नव्हते, तर त्याच्यामागे उभा असणारा हर्ष टीव्ही ऑपरेट करत होता. नयनला हर्ष दिसत नव्हता. नयनच्या हातात नकली रिमोट होता व हर्षच्या हातात खरा रिमोट होता. नयन स्वतःच्या मनाप्रमाणे टीव्ही लावत होता तेव्हा हर्षच टीव्ही ऑपरेट करत होता. नयनचा तो भ्रम होता.

इथे काही गोष्टी या रूपकाद्वारे समजावून सांगितल्या आहेत. पाच टीव्ही म्हणजे आपली पंचेंद्रिये. एकामुळे दृश्य दिसते, एकामुळे आवाज, दुसऱ्यामुळे सुगंध जाणवतो, तर एकामुळे स्पर्श अनुभवतो. आपल्याला वाटते, आपण या इंद्रियांचे चालक आहोत, आपल्याकडे असणाऱ्या शक्तीमुळे आपण आपल्या इंद्रियांचे व जीवनाचे संचालन करू शकतो. पण ही शक्ती अंधशक्ती आहे, जशी अंधभक्ती असते. म्हणजे, वाटते भक्ती करत आहोत; प्रत्यक्षात ती नसते, ते अज्ञान असते. तशी अंधशक्ती असते. आपल्याला वाटते की, आपण स्वतःवर नियंत्रण करत आहोत; पण ती अधंशक्ती आहे. जशी वाटते तशी वास्तवात नसते.

माणसाकडे कोणत्याही प्रकारचे संचालन व नियंत्रण करण्याची शक्ती नसते, हे वास्तव आहे. ना स्वतःसाठी, ना इतरांसाठी, ना परिस्थितीसाठी! त्याला वाटते; पण त्याच्या हातात काहीही नसते. तो फक्त विचार करत राहतो. ही परिस्थिती का उद्भवली? महामारी का आली? मंदी का आली? युद्धाच्या गोष्टी का घडत आहेत? अचानक अशी दुर्घटना का घडली? अचानक ब्रेकअप का झाले?

माणसाला वाटते... मी असे करूनही परिणाम का नाही आला? या प्रश्नांची उत्तरे कधीच मिळत नाहीत. कारण परिस्थिती व त्याचे परिणाम आपल्या हातात नाही, हे तो पाहू शकत नाही. ते सर्व हर्षच्या हातात असते. आता 'हर्ष कोण?' हे समजून घेऊ. हर्ष म्हणजे आनंद... लीलेचा आनंद! हर्ष आपल्या लीलेचा आनंद घेत आहे. तोच पाच इंद्रियांचा चालक आहे, संपूर्ण दुनियेचा तोच चालक आहे. स्वतःच्या रिमोटने तो संचालित करत आहे. तोच शरीराच्या आतही आहे व बाहेरही! ज्याला आपण सेल्फ, परमचेतना, महाऊर्जा, स्रोत, ईश्वर अशा नावांनी ओळखतो.

विचार करा, नयनला समजले, की खरा रिमोट त्याच्यामागे उभ्या असणाऱ्या हर्षच्या हातात आहे आणि तोच सर्व संचालित करत आहे, तर त्याला राग आला असता का? तक्रार असती का? हे माहीत असते तर त्याने सर्व गोष्टी स्वतः

संचालित करण्याचा प्रयत्न न करता, जे चाललं आहे त्याचा आनंद घेतला असता. रिमोट हातात घेऊन जो मागे उभा आहे त्याला पाहण्यासाठी आपल्याला मागची दृष्टी म्हणजे ज्ञानदृष्टी असायला हवी.

ज्ञानदृष्टी उघडावी, सर्व लीलांच्या मागे उभा असलेला हर्ष म्हणजे ईश्वर दिसावा, यासाठी भक्ती हवी. भक्ती हर्षच्या समोर नयनला समर्पित करेल. त्यानेही कोणतेही प्रश्न उपस्थित न करता हर्षच्या प्रत्येक खेळाचा आनंद घेतला तर त्याचे जीवन किती सुखकर होईल!

ईश्वराचा खेळ कसा बघावा?

केवळ भक्तांनाच हर्ष म्हणजे ईश्वराची लीला आनंदाने बघण्याचे सौभाग्य प्राप्त होते. त्यासाठी त्या खेळाच्या खोक्यात काही नाणी टाकावी लागतात. ती याप्रमाणे आहेत :

- **पहिले नाणे – क्षमा करणे**

ईश्वराची लीला आनंदाने तोच पाहू शकतो जो क्षमेचे नाणे टाकतो. ज्याच्याकडे क्षमेचे नाणे नाही त्याला ईश्वराला जाणण्याची, समजण्याची परवानगी नसते. त्याची ज्ञानदृष्टी उघडत नाही, त्याच्या भक्तीत शक्ती येत नाही. एखाद्याला क्षमा करणे म्हणजे ईश्वराला संकेत देणे आहे, की 'आता आम्हांला काही धरून ठेवायचे नाही. आमचे लक्ष फक्त तुझ्याकडेच लागले आहे. आता कोणत्याही बंधनात आम्हांला अडकायचे नाही. आता फक्त तुझेच बंधन आम्हांला प्रिय आहे.' जेव्हा उच्चतम उद्दिष्टावर लक्ष असते तेव्हा इतर लहानसहान लोभ, आसक्ती, विकार, द्वेष आपोआप सुटू लागतात.

एखाद्या गायकाला गाण्याच्या मोठ्या स्पर्धेची तयारी करायची असते तेव्हा त्याचे गुरू सांगतात, 'आता आइस्क्रिम, चाट, कुल्फी खाऊ नकोस. त्यामुळे घसा खराब होईल!' जरी त्याला हे पदार्थ आवडत असतील तरी तो ते सोडून देतो, कारण त्याचे उद्दिष्ट मोठे आहे. त्यामुळे या छोट्या गोष्टींचा मोह न धरता तो त्या सहजपणे सोडून देऊ शकतो.

या प्रकारे आपण ईश्वरप्राप्तीचे उद्दिष्ट ठरवतो तेव्हा आपण आपल्या उद्दिष्टावर एकाग्र होतो. आपल्या भक्तीत आपोआप इतकी शक्ती येते, की आपण इतरांना

क्षमा करू शकतो आणि अहंकार बाजूला सारून क्षमा मागूही शकतो. जे असे करू शकत नाहीत त्यांनी इथूनच सुरुवात करायची आहे. स्वतःला बजावून सांगायचे आहे... 'जर माझे ईश्वरावर प्रेम असेल तर मी हे करू शकेन. मी सहजपणे इतरांना क्षमा करू शकेन. ईश्वर माझ्या चुका कोणत्याही अटीविना माफ करतो, म्हणून मीही इतरांना विनाआट माफ करू शकतो. ईश्वर माझ्यावर बेशर्त प्रेम करतो, म्हणून मीही इतरांवर बेशर्त प्रेम करू शकतो.' तुम्ही जितके इतरांना क्षमा करू शकाल, स्वतःला क्षमा करू शकाल, तितके खुलाल... मुक्त व्हाल! ईश्वर आपल्या निकट असल्याचे अनुभवाल!

• दुसरे नाणे – जाऊ दे, जाऊ दे

ज्या गोष्टी मनात धरून ठेवल्या आहेत त्यासाठी म्हणायचे आहे. ज्या गोष्टी, घटना, विचार, भावना, चुकीच्या धारणा कचऱ्याप्रमाणे मनात साठल्या आहेत, त्या 'जाऊ दे' असे म्हणत काढून टाकायच्या आहेत. त्यासाठी मनात धरून ठेवलेल्या गोष्टी आपल्या ध्यानक्षेत्रात आणायच्या आहेत. त्या आपल्यामधून निसटून जात आहेत, याचा अनुभव करायचा आहे. स्वतःला सांगायचे आहे, 'मी ही गोष्ट सोडून देत आहे.'

जे तुमचे आहे ते पुन्हा तुमच्याकडे येणार, हे लक्षात ठेवा. म्हणून, सर्व काही ईश्वराला समर्पित करा. स्वतःपासून दूर जाऊ द्या. असे केल्याने मुक्तीची अवस्था प्राप्त झाल्यासारखे वाटेल. किती दिवसांच्या बांधिलकीतून बाहेर पडलो आहे, असे वाटेल. आता मुक्तपणे श्वास घेता येऊ शकेल. क्षमा करण्याचा सराव आणि मनात साचून राहिलेल्या गोष्टी सोडून देणे, या दोन क्रिया तुम्हांला आतून निर्मळ करतील, मुक्त करतील!

संतांचे, ईश्वरभक्तांचे जीवन पाहिले तर हे दोन गुण निश्चितपणे दिसून येतील. ते सहजपणे शत्रूंना, वाईट वर्तन करणाऱ्यांना क्षमा करू शकत होते. त्यांच्या मनात या लोकांविषयी कधीही कटूभावना राहत नव्हती. असे करण्याने ते रिक्त होत होते. अशी अवस्था ईश्वरीय कृपेसाठी ग्रहणशील बनवते.

• तिसरे नाणे – नेति-नेति

हे नाणे टाकताच ज्ञानदृष्टी उघडते. नेति-नेति म्हणजे हेही नाही व तेही नाही. वास्तविक, आपण स्वतःला काही वेगळे समजतो. आपले पद, प्रतिष्ठा, जात,

कूळ, नाव, वर्ण, लिंग, देश, राज्य, शहर यांच्याशी स्वतःला जोडतो. कधी-कधी नात्यांशी जोडतो. उदाहरणार्थ, मी, पती, पत्नी, मुलगा, भाऊ, बहीण असे मानतो. सर्वांत मोठी ओळख म्हणजे, आपण स्वतःला आपल्या शरीराशी जोडतो. 'मी म्हणजे हे शरीर', असे मानतो.

नेति-नेति म्हणत आपण आपली एकेक ओळख, एकेक धारणा सोडत जातो. उदाहरणार्थ, 'मी हेही नाही, तेही नाही; मी शरीरही नाही... मी मन नाही... बुद्धी नाही... मग जो शिल्लक राहतो तो खरा 'मी' असतो. जो वैश्विक (युनिव्हर्सल) आहे, सर्वांमध्ये विराजमान आहे, ती विशुद्ध चेतना आहे.

• चौथे नाणे – 'मी'चे समर्पण

सर्वांत शेवटी जे नाणे टाकले जाते ते आहे 'मी'चे समर्पण, 'मी' म्हणजे अहंकार... त्याचे समर्पण. नेति-नेति म्हणताना स्वतःच्या बाबतीत निर्माण केलेले भ्रम सुटू लागतात. त्यानंतर ज्याला आपण 'मी' समजलो त्या मान्यतेचे, अहंकाराचे समर्पण होते. 'मी'च्या समर्पणानंतर नयनला समजते, की तोच हर्ष आहे. इथेही तोच आहे व मागेही तोच उभा आहे. ही अवस्था प्राप्त करणे अंतिम ज्ञान आहे, अंतिम उद्दिष्ट आहे. यालाच 'आत्मसाक्षात्कार' किंवा 'स्वबोध अवस्था' म्हटले आहे.

शरीराद्वारे 'मी'चे समर्पण होते त्या शरीराद्वारे वैश्विक, सर्वव्यापी परमचेतना मुक्तपणे कार्य करते. असे शरीर कृष्णाची बासरी बनते. त्याद्वारे ईश्वर दिव्य संगीत वाजवतो. ते शबरी - विभीषणाप्रमाणे श्रीरामांचे परमभक्त, परमसखा होतात. ते ईश्वरीय कार्यात योगदान देतात, विश्वात उच्चतम अभिव्यक्ती करतात. या जगात जितके आत्मसाक्षात्कारी संत होऊन गेले, ते ईश्वराच्या मुरलीप्रमाणे आहेत.

भक्तीच्या यात्रेत भक्त ही चारही नाणी एकेक करून ईश्वराच्या खेळात टाकतात. त्यांचा पिवळा अहंकार (वेगळे व्यक्तिमत्त्व) समर्पित होतो व सोनेरी (उच्चतम) भक्ती प्रकाशित होते. मग उरते फक्त, आनंदाने ईश्वराची लीला पाहणे!

•••

हे पुस्तक वाचल्यानंतर कृपया आपला अभिप्राय books.feedback@ tejgyan.org या पत्त्यावर अवश्य पाठवा.

सरश्री – अल्प परिचय

सरश्रींचा आध्यात्मिक शोधाचा प्रवास त्यांच्या बालपणापासूनच सुरू झाला होता. हा शोध सुरू असतानाच त्यांनी अनेक प्रकारच्या पुस्तकांचे अध्ययन केले. त्याचबरोबर या शोधकाळात त्यांनी अनेक ध्यानपद्धतींचा अभ्यासही केला. त्यांच्यातील या जिज्ञासेने त्यांना अनेक वैचारिक आणि शैक्षणिक संस्थांमध्ये जाण्यासाठी प्रेरित केले. जीवनाचे रहस्य समजण्यासाठी त्यांनी प्रदीर्घ काळ मनन करून आपले शोधकार्य सातत्याने सुरू ठेवले. या शोधातूनच त्यांना 'आत्मबोध' प्राप्त झाला.

आत्मसाक्षात्कारानंतर त्यांना जाणवले की, अध्यात्माचा प्रत्येक मार्ग ज्या शृंखलेने जोडलेला आहे, तो म्हणजे 'समज' (Understanding). आत्मबोधप्राप्तीनंतर त्यांनी अध्यापनाचे कार्य थांबवले आणि जवळजवळ दोन दशकांहूनही अधिक काळ आपले समस्त जीवन मानवजातीच्या कल्याणासाठी आणि आध्यात्मिक विकासासाठी अर्पण केले.

सरश्री म्हणतात, ''सत्यप्राप्तीच्या सर्व मार्गांचा आरंभ वेगवेगळ्या मार्गांनी होत असला, तरी सर्वांचा अंत मात्र एकच समज प्राप्त केल्याने होतो. ही 'समज'च सर्व काही असून ती स्वतःमध्ये परिपूर्ण आहे. आध्यात्मिक ज्ञानप्राप्तीसाठी या 'समजे'चे श्रवणच पुरेसे आहे.'' ही समज प्रकाशमान करण्यासाठी आजपर्यंत त्यांनी आध्यात्मिक विषयांवर तीन हजारांहून अधिक प्रवचने दिली आहेत. या प्रवचनांद्वारे

ते अध्यात्मातील अतिशय गहन संकल्पना सहज, सुलभ आणि व्यावहारिक भाषेत समजावून सांगतात. समाजातील प्रत्येक स्तरावरील मनुष्य सरश्रींद्वारे सांगितल्या जाणाऱ्या या समजेचा लाभ घेऊ शकतो. त्यासाठी कोणत्याही धर्म, जात, उपजात, वर्ण, पंथ वा लिंग यांचे बंधन नसते.

विश्वाच्या प्रत्येक कानाकोपऱ्यांतील लोक आज 'तेजज्ञान'च्या अनोख्या ज्ञानप्रणालीचा लाभ घेत आहेत. याच व्यवस्थेचा आणखी एक महत्त्वपूर्ण भाग म्हणजे, दररोज सकाळी आणि रात्री ९ वाजून ९ मिनिटांनी लाखो लोक विश्वशांतीसाठी प्रार्थना करत आहेत.

तेजज्ञान फाउंडेशन – परिचय

तेजज्ञान फाउंडेशन आत्मविकासातून आत्मसाक्षात्कार प्राप्त करण्याचा एक मार्ग आहे. यासाठी सरश्रींद्वारा एक अनोखी बोधप्रणाली (System for Wisdom) निर्माण झाली आहे. या प्रणालीला आंतरराष्ट्रीय प्रमाणपत्राद्वारे ISO 9001:2015 च्या आवश्यकतेनुसार आणि निकष पडताळून सरळ, व्यावहारिक आणि प्रभावी बनवले गेले आहे.

या संस्थेच्या प्रबोधनपद्धतीच्या भिन्न पैलूंना (शिक्षण, निरीक्षण आणि गुणवत्ता) स्वतंत्र गुणवत्ता परीक्षकांद्वारे (Quality Auditors) क्रमबद्ध पद्धतीने पडताळले गेले. त्यानंतर या पैलूंना ISO 9001:2015 साठी पात्र समजून या बोधपद्धतीला हे प्रमाणपत्र प्रदान करण्यात आले.

या फाउंडेशनचे लक्ष्य आहे : नकारात्मक विचारांकडून सकारात्मक विचारांकडे वाटचाल. सकारात्मक विचारांकडून शुभ विचारांकडे म्हणजे हॅपी थॉट्सकडे प्रगती. शुभ विचारांकडून निर्विचार अवस्थेकडे मार्गक्रमण आणि निर्विचार अवस्थेच्या अंती आत्मसाक्षात्कार प्राप्ती. 'मी सर्व विचारांपासून मुक्त व्हावे' हा विचार म्हणजे शुभ विचार (हॅपी थॉट्स). 'मी प्रत्येक इच्छेपासून मुक्त व्हावे', अशी इच्छा म्हणजे शुभ इच्छा!

आपल्याला असे ज्ञान हवे आहे, की जे सामान्य ज्ञानापलीकडे आहे, जे प्रत्येक समस्येवरील उत्तर आहे, जे प्रत्येक समजुतीपासून, गृहीत धारणांपासून आपल्याला मुक्त करते, ईश्वरी साक्षात्कार घडवते, अंतिम सत्यात स्थापित करते.

आता वेळ आली आहे शाब्दिक, सामान्यज्ञानातून बाहेर येऊन तेजज्ञानाचा अनुभव घेण्याची!

महाआसमानी - अल्प परिचय

Self Development to Self Realization
towards Self Stabilization

तुम्हांला सर्वोच्च आनंद हवाय? असा आनंद, जो कोणत्याही बाह्य कारणावर अवलंबून नाही... जो प्रत्येक क्षणी वृद्धिंगत होतो. या जीवनात तुम्हांला प्रेम, विश्वास, शांती, समृद्धी आणि परमसंतुष्टता हवी आहे का? शारीरिक, मानसिक, सामाजिक, आर्थिक आणि आध्यात्मिक अशा आयुष्याच्या सर्व स्तरांवर यशस्वी होण्याची तुमची इच्छा आहे का? 'मी कोण आहे' हे तुम्हांला अनुभवाने जाणावेसे वाटते का?

तुमच्या अंतर्यामी अशा सर्व प्रश्नांची उत्तरे जाणण्याची इच्छा आणि 'अंतिम सत्य' प्राप्त करण्याची तृष्णा असेल, तर तेजज्ञान फाउंडेशनतर्फे आयोजित 'महाआसमानी शिबिरा'त तुमचे स्वागत आहे. हे शिबिर सरश्रींच्या मार्गदर्शनावर आधारित आहे.

महाआसमानी परमज्ञान शिबिराचा उद्देश

विश्वातील प्रत्येक मनुष्याने 'मी कोण आहे?', या प्रश्नाचे उत्तर जाणून तो सर्वोच्च आनंदाच्या अवस्थेत स्थापित व्हावा, हाच या शिबिराचा मुख्य उद्देश आहे. प्रत्येकाला असे ज्ञान प्राप्त व्हावे; जेणेकरून त्याने प्रत्येक क्षणी वर्तमानात जगण्याची कला आत्मसात करावी. तो भूतकाळाचे ओझे आणि भविष्याची चिंता यांतून मुक्त व्हावा. प्रत्येकाच्या आयुष्यात कधीही न संपणारा आनंद आणि योग्य समज यावी. शिवाय, प्रत्येकाने समस्या विलीन करण्याची कला आत्मसात करावी, मनुष्यजन्माचा उद्देश सफल व्हावा. 'मी कोण आहे? मी येथे का आहे? मोक्ष म्हणजे काय? या जन्मातच मोक्षप्राप्ती शक्य आहे का?' असे प्रश्न तुमच्या मनात असतील, तर त्यांवरील उत्तर आहे - 'महाआसमानी परमज्ञान शिबिर'.

तेजज्ञान फाउंडेशनच्या मुख्य शाखा

- **पुणे (रजिस्टर्ड ऑफिस)** – विक्रांत कॉम्प्लेस, तपोवन मंदिराजवळ, पिंपरी, पुणे ४११ ०१७. फोन : ०२०-२७४१ १२४०, २७४१ २५७६
- **मनन आश्रम** – सर्व्हे क्र. ४३, सणसनगर, नांदोशी गाव, किरकटवाडी फाटा, तालुका हवेली, जि. पुणे ४११ ०२४. फोन : ०९९२१० ०८०६०

विश्व शांति प्रार्थना

पृथ्वीवर शुभ्र प्रकाश (दिव्यशक्ती) येत आहे...
पृथ्वीतून सोनेरी प्रकाशाचा (चेतनेचा) उदय होत आहे...
विश्वातील सगळी नकारात्मकता दूर होत आहे...
सर्व जण प्रेम, आनंद आणि शांतीसाठी ग्रहणशील होत आहेत.

ही 'सामुदायिक अव्यक्तिगत प्रार्थना' तेजज्ञान फाउंडेशनचे सर्व सदस्य कित्येक वर्षांपासून सातत्याने करत आहेत. आनंदी लोकदेखील ही प्रार्थना करू शकतात. तसेच आजारी किंवा कोणत्याही समस्येमुळे त्रस्त असणारे लोकही ही प्रार्थना ग्रहण करून स्वास्थ्यलाभ घेऊ शकतात.

तुम्ही एखाद्या आजाराने वा समस्येने त्रस्त असाल, तर सकाळी अथवा रात्री ९ वाजून ९ मिनिटांनी ग्रहणशील होऊन शांत बसा. 'स्वास्थ्य आणि शांती यांचा शुभ्र प्रकाश प्रार्थना करणाऱ्या कित्येक लोकांद्वारे पृथ्वीवर येत आहे, त्याचप्रमाणे तो माझ्यावरही कार्य करत आहे; जेणेकरून मी स्वस्थ आणि शांत होत आहे.' असे मनात म्हणा. त्यानंतर काही वेळ याच भावावस्थेत राहून सर्वांना धन्यवाद द्या आणि मगच उठा!

नम्र निवेदन

विश्वशांतीसाठी लाखो लोक दररोज सकाळी आणि रात्री ९:०९ मिनिटांनी वर दिलेली प्रार्थना करत आहेत. तसेच भारतीय वेळेनुसार दररोज सकाळी ६.१५, दुपारी ३.३० आणि रात्री ९.०० वाजता 'ध्यान प्रार्थना बीज' यूट्यूबच्या माध्यमातून प्रसारित केले जाते. कृपया आपणही यामध्ये सहभागी व्हा.